바로 써먹는
베트남어 단어장

저자 **Đỗ Thị Thu**

바로 써먹는 베트남어 단어장

저자	Đỗ Thị Thu
1판2쇄	2015년 9월 4일
발행처	㈜링크앤런
주소	서울특별시 양천구 목동동로 81 해누리타운 8층
전화	070-4079-7229
팩스	02-2654-7697
홈페이지	www.linklearn.co.kr
Cafe	cafe.naver.com/vietnamlanguage
Email	thu149@gmail.com
디자인	Link&Learn 출판부
값	5,000원
ISBN	979-11-952816-1-9

Copyright ⓒ 2014 Link&learn

이 책의 저작권은 저자에게 있습니다.
서면에 의한 저자의 허락 없이 내용의 일부를 인용하거나 발췌하는 것을 금합니다.

목차

한글 - 베트남...p.2

베트남 - 한글...p.86

상황별 회화...p.153

주제별 단어...p.163

ㄱ

가게	cửa hàng	끄어 항
가격	giá	지아
가격을 내리다	giảm giá	지암 지아
가깝다	gần	그언
가끔	thỉnh thoảng, thi thoảng	팅 토왕, 티 토왕
가난하다	nghèo	응애오
가다	đi	디
가르치다	dạy	자이
가리키다	chỉ	찌
가방	túi, túi xách	뚜이, 뚜이 싸익
가볍다	nhẹ	녀애
가수	ca sĩ	까씨
가스	ga	가
가슴	ngực	응윽
가위	kéo	깨오
가을	mùa thu	무어 투
가지다	lấy	러이

가지고 가다	mang đi	망 디
가지고 오다	mang đến	망 덴
가지고 있다	có	꼬
가족	gia đình	자 딩
간	gan	간
간격	khoảng cách	코앙 까익
간호사	y tá	이 따
갈아입다	thay	타이
감	quả hồng	과 홍
감기	cảm	깜
감기약	thuốc cảm	투억 깜
감독	đạo diễn	다오 지엔
감동	cảm động	깜 동
감사하다	cám ơn, cảm ơn	깜 언
감상하다	thưởng thức	트엉 특
감자	khoai tây	코아이 떠이
감정	tình cảm	띵 깜
강	sông	송
강아지	chó	쩌
같다	giống, tương tự	지옹, 뜨엉 뜨
같이	với, cùng, cùng với	버이, 꿍, 꿍 버이

갚다	trả	짜
개 (동물)	chó	쩌
개 (단위)	cái	까이
개인	cá nhân	까 녀언
거리	khoảng cách, cự ly	코앙 까익, 끄 리
거리, 길	đường, phố	드엉, 포
거울	gương	그엉
거의, 대부분의	hầu như, gần như	허우 녀으, 건 녀으
거주	cư trú	끄 쭈
거짓말하다	nói dối	노이 조이
걱정하다	lo lắng	로 랑
건강	sức khỏe	쓱 코애
건강하다	khỏe	코애
건물	tòa nhà	또아 냐
건축	kiến trúc	끼엔 쭉
걸어가다	đi bộ	디 보
검정색	màu đen	마우 덴
겁이 나다	sợ	써
겉	bề ngoài	베 응오아이
게	cua	꾸어
게임	game	겜

겨울	mùa đông	무어 동
결과	kết quả	껫 과
결점	khuyết điểm	쿠엣 디엠
결정하다	quyết định	구엣 딩
결혼식	lễ cưới	레 끄어이
결혼하다	cưới, kết hôn	끄어이, 껫 혼
경기	tình hình kinh tế	띵 힝 낑 떼
경비	kinh phí	낑 피
경영하다	kinh doanh	낑 주아잉
경우	trường hợp	쯔엉 헙
경쟁하다	cạnh tranh	까잉 짜잉
경제	kinh tế	낑 떼
경찰	cảnh sát	까잉 쌋
경험	kinh nghiệm	낑 응이엠
계산하다	tính tiền, thanh toán	띵 띠엔, 타잉 또완
계속하다	tiếp, tiếp tục	띠엡, 띠엡 뚝
계약	hợp đồng	헙 동
계절	mùa	무어
계좌	tài khoản	따이 코완
계좌번호	số tài khoản	쏘 따이 코완
계획	kế hoạch	께 화익

고구마	khoai	코아이
고기	thịt	팃
고르다	chọn	쫀
고생하다	khổ	코
고속	cao tốc	까오 똑
고속기차	tàu cao tốc	따우 까오 똑
고속도로	đường cao tốc	드엉 까오 똑
고양이	mèo	매오
고의	cố ý	꼬 이
고전	cổ điển	꼬 디엔
고추	ớt	엇
고치다	sửa, chữa	쓰어, 쯔어
고향	quê, quê hương	구에, 구에 흐엉
고혈압	cao huyết áp	까오 후엣 압
공기	không khí	콩 키
공공기관	cơ quan nhà nước	꺼 관 냐 느억
고급	cao cấp	까오 껍
공무원	công chức, viên chức	꽁 쯕, 비엔 쯕
공부하다	học	혹
공업	công nghiệp	꽁 응이엡
공원	công viên	꽁 비엔

공장	nhà máy	냐 마이
공중전화	điện thoại công cộng	디엔 토와이 꽁 꽁
공항	sân bay	썬 바이
과	khoa	콰
과거	quá khứ	과 크
과일	hoa quả, trái cây	화 과, 짜이 꺼이
과자	bánh kẹo	바잉 깨오
과하다	quá mức	과 믁
과학	khoa học	콰 혹
관계	quan hệ	관 헤
관광	du lịch	주 릭
관련	liên quan	리엔 관
관리자	người quản lý	응어이 관 리
관리하다	quản lý	관 리
광고하다	quảng cáo	광 까오
광장	quảng trường	광 쯔엉
괜찮다	không sao	콩 싸오
괴롭다	buồn phiền	부원 피엔
괴롭히다	bắt nạt, ăn hiếp	밧 낫, 안 히엡
교류	giao lưu	자오 르우
교실	phòng học	퐁 혹

교육하다	giáo dục	자오 죽
교재	giáo trình	자오 찡
교통	giao thông	자오 통
교통사고	tai nạn giao thông	따이 난 자오 통
교회	nhà thờ	냐 터
구, 군	quận	꿘
구급차	xe cấp cứu	쌔 껍 끄우
구름	mây	머이
구멍	lỗ	로
구별하다	phân biệt	펀 비엣
구이	món nướng	몬 느엉
구역	khu vực	쿠 븍
국가	quốc gia, nước	궉 자, 느억
국경	biên giới	비엔 저이
국기	quốc kỳ	궉 끼
국립	công lập	꽁 럽
국적	quốc tịch	궉 띡
군대	quân đội	꿘 또이
군인	bộ đội	보 또이
굽다	nướng	느엉
권	quyển, cuốn	구엔, 꿘

권력	quyền lực	구엔 륵
귀	tai	따이
귀국	về nước	베 느억
귀신	ma quỷ	마 귀
귀엽다	dễ thương	제 트엉
귀찮다	phiền phức	피엔 프
규정	quy định	귀 딩
규칙	quy tắc	귀 딱
그	đó, đấy, ấy	도, 데이, 어이
그것	cái đó, cái đấy, cái ấy	까이 도, 까이 데이, 까이 어이
그들	họ	호
그 때	khi đó, khi đấy, khi ấy	키 도, 키 데이, 키 어이
그 사람	người ấy	응어이 어이
그 전	trước đó	쯔억 도
그 후	sau đó	싸우 도
그러나, 그렇지만	nhưng	녀응
그럭저럭	bình thường	빙 트엉
그런데	còn	꼰
그리고	và	바
그리다	vẽ	배
그림	tranh	짜잉

그립다	nhớ	녀
그만두다	thôi, nghỉ, bỏ	토이, 응이, 보
그저께	hôm kia	홈 끼어
근거	căn cứ	깐 끄
근무하다	làm việc	람 비억
금	vàng	방
금기	cấm kỵ	껌 끼
금방, 막	vừa, mới, vừa mới	브어, 머이, 브어 머이
금지	cấm	껌
급하다	gấp	겁
기간	khoảng thời gian	쾅 터이 잔
기관	cơ quan	꺼 관
기념	kỷ niệm	끼 념
기념일	ngày kỷ niệm	응아이 끼 념
기다리다	đợi, chờ	더이, 쩌
기대다	dựa vào, tựa vào	즈어 바오, 뜨어 바오
기대하다	trông mong, trông đợi	쫑 몽, 쫑 더이
기도하다	cầu nguyện	꺼우 응웬
기독교	Ki-tô giáo	끼 또 자오
기르다	nuôi	누오이
기름	dầu	저우

기분	tâm trạng	떰 짱
기숙사	ký túc xá	끼 뚝 싸
기술	kỹ thuật	끼 투엇
기술자	kỹ sư	끼 쓰
기억하다	nhớ	녀
기사 (신문)	bài báo	바이 바오
기사 (운전)	tài xế, lái xe	따이 쎄, 라이 쌔
기자	nhà báo, phóng viên	냐 바오, 퐁 비엔
기초	sơ cấp, cơ sở	써 껍, 꺼 써
기침하다	ho	호
기회	cơ hội	꺼 호이
긴급	khẩn cấp	컨 껍
긴장하다	căng thẳng	깡 탕
길다	dài	자이
길, 도로	đường, phố	드엉, 포
길을 잃다	lạc đường	락 드엉
깊다	sâu	써우
깨끗하다	sạch, sạch sẽ	싸익, 싸익 쌔
꽃	hoa	화
꿀	mật ong	멋 옹
꿈	giấc mơ, ước mơ	젝 머, 으억 머

꿈꾸다	mơ	머
끊다	cắt, tắt	깟, 땃
끓다	sôi	쏘이
끝나다	kết thúc, xong	껫 툭, 쏭
끝내다	kết thúc, chấm dứt	껫 툭, 쩜 즛

ㄴ

나	tôi	또이
나가다	ra, đi ra	자, 디 자
나무	cây	꺼이
나뭇잎	lá cây	라 꺼이
나비	bướm	브엄
나쁘다	xấu	써우
나이	tuổi	뚜오이
나이트클럽	hộp đêm	홉 뎀
나의	của tôi	꾸어 또이
낙관적이다	lạc quan	락 관
낙지	con bạch tuộc	꼰 바익 뚜억
낚시	câu	꺼우
날다	bay	바이
날씨	thời tiết	터이 띠엣
남동생	em trai	엠 짜이
남성, 남자	đàn ông, con trai	단 옹, 꼰 짜이
남자	con trai	꼰 짜이

남쪽	miền Nam	미엔 남
남편	chồng, ông xã	쫑, 옹 싸
낭비하다	lãng phí	랑 피
낳다	đẻ, sinh	대, 씽
내년	sang năm, năm sau	쌍 남, 남 싸우
내리다	xuống	쑤엉
내용	nội dung	노이 중
내일	ngày mai	응아이 마이
냉동	đông lạnh	동 라잉
냉장고	tủ lạnh	뚜 라잉
넓다	rộng, rộng rãi	종, 종 자이
넘다	vượt, quá, hơn	브엇, 과, 헌
넘치다	tràn, tràn đầy, quá mức	짠, 짠 더이, 과 믁
넘어가다	bỏ qua	보 과
넘어지다	ngã	응아
넣다	cho vào, bỏ vào	쪼 바오, 보 바오
네덜란드	Hà Lan	하 란
노동	lao động	라오 동
노동자	người lao động	응어이 라오 동
노래	bài hát	바이 핫
노래하다	hát	핫

노력하다	cố gắng	꼬 강
노인	người già	응어이 자
녹음하다	ghi âm	기 엄
녹다	tan	딴
논	ruộng, cánh đồng	주엉, 까잉 동
놀다	chơi	쩌이
놀라다	ngạc nhiên	응악 년
놀러 가다	đi chơi	디 쩌이
놀이	trò chơi	쪼 쩌이
놀이터	sân chơi	썬 쩌이
높다	cao	까오
높이	chiều cao	찌에우 까오
농민	nông dân	농 전
농업	nông nghiệp	농 응이엡
농촌	nông thôn	농 톤
뇌	não	나오
뇌물	hối lộ	호이 로
누가, 누구	ai	아이
누나, 언니	chị, chị gái	찌, 찌 가이
눈 目	mắt	맛
눈물	nước mắt	느억 맛

눈 雪	tuyết	뚜엣
뉴스	thời sự	터이 쓰
느끼다	cảm nhận	깜 녀언
느낌	cảm giác	깜 작
느끼하다	ngấy	응어이
느리다	chậm	쩜
늙다	già	자
능력	năng lực	낭 륵

다	tất cả	떳 까
다들	mọi người	모이 응어이
다르다	khác	칵
다른 사람	người khác	응어이 칵
다리 橋	cầu	꺼우
다리 足	chân	쩐
다리미	bàn là	반 라
다스 (12)	tá	따
다음	sau đây, tiếp theo	싸우 데이, 띠엡 태오
다음 번	lần sau	런 싸우
다이아몬드	kim cương	낌 끄엉
다이어트	ăn kiêng	안 끼엥
단어	từ, từ ngữ	뜨, 뜨 응으
단정하다	đoan trang, chỉnh tề	도완 짱, 찡 떼
닫다	đóng	동
달 月	tháng	탕
달다	ngọt	응옷

달력	lịch	릭
달리다	chạy	짜이
닭	gà	가
닭고기	thịt gà	팃 가
담배	thuốc lá	투억 라
당뇨병	bệnh đái đường	베잉 다이 드엉
당연하다	đương nhiên, tất nhiên	드엉 년, 떳 년
대나무	cây tre	꺼이 째
대단하다	vĩ đại, tài giỏi	비 다이, 따이 조이
대략	khoảng	코왕
대륙	lục địa	룩 디어
대만	Đài Loan	다이 로완
대머리	hói đầu	호이 더우
대변	đại tiện, ỉa	다이 띠엔, 이어
대사관	đại sứ quán	다이 쓰 관
대신하다	thay thế	타이 테
대접하다	tiếp đãi	띠엡 다이
대통령	tổng thống	똥 통
대학교	trường đại học	쯔엉 다이 혹
대학생	sinh viên	씽 비엔
대기실	phòng chờ	퐁 쩌

대한민국	Đại Hàn Dân Quốc	다이 한 전 꿕
대화하다	đối thoại	도이 토아이
더럽다	bẩn	번
던지다	ném	냄
덥다	nóng	농
도난	trộm cắp	쫌 깝
도난 당하다	bị trộm	비 쫌
도둑, 도둑질하다	ăn trộm, ăn cắp	안 쫌, 안 깝
도마뱀	con thằn lằn	곤 탄 란
도망가다	bỏ trốn, chạy trốn	보 쫀, 짜이 쫀
도서관	thư viện	트 비엔
도시	thành phố	타잉 포
도와주다, 돕다	giúp, giúp đỡ	줍, 줍 더
도착하다	đến nơi	덴 너이
도쿄	Tokyo	또 끼 오
독서	đọc sách	독 싸익
독성	độc tính	독 띵
독신	độc thân	독 턴
독특하다	độc đáo	독 다오
독하다	độc	독
독학	tự học	뜨 혹

돈	tiền	띠엔
돌다	rẽ, quẹo	재, 구애오
돌보다	trông nom, chăm sóc	쫑 놈, 짬 쏙
돌아가다, 돌아오다	về, trở về, quay lại	베, 쩌 베, 과이 라이
동기	động lực	동 륵
동남아	Đông Nam Á	동 남 아
동물	động vật	동 벗
동방	Đông phương	동 프엉
동아	Đông Á	동 아
동전	tiền xu	띠엔 쑤
동쪽	phía Đông	피어 동
돼지	lợn, heo	런, 해오
돼지고기	thịt lợn, thịt heo	팃 런, 팃 해오
되풀이하다	nhắc lại	냑 라이
두껍다	dày	자이
두부	đậu phụ, đậu hũ	도어 푸, 더우 후
두통	đau đầu	다우 더우
두통약	thuốc đau đầu	투억 다우 더우
둘, 2	hai	하이
둘 다	cả hai	까 하이
드물다	hiếm, hiếm khi	히엠, 히엠 키

듣다	nghe	응애
들어가다	vào, đi vào	바오, 디 바오
등	lưng	릉
등록하다, 신청하다	đăng ký	당 끼
등록비	học phí	혹 피
디자인	thiết kế	티엣 께
따뜻하다	ấm, ấm áp	엄, 엄 압
따라가다	đi theo	디 태오
따라 하다	làm theo	람 태오
따르다	theo	태오
딱딱하다	cứng	끙
딸기	dâu tây	저우 떠이
딸기주스	sinh tố dâu tây	씽 또 저우 떠이
땀	mồ hôi	모 호이
땅	đất	덧
때리다	đánh	다잉
떨어지다 (물건이)	rơi	저이
떨어지다 (시험)	trượt, rớt	쯔엇, 젓
또는	hoặc	호악
똑같다	giống hệt	종 헷
똑똑하다	thông minh	통 밍

똑바로, 직진	đi thẳng	디 탕
똥	cứt, phân	끝, 펀
뚱뚱하다	béo	배오
뜨겁다	nóng	농
뜨거운 물	nước nóng	느억 농

라디오	radio	라 디 오
라면	mỳ gói	미 고이
러시아	Nga	응아
레몬	chanh	짜잉
레스토랑	nhà hàng	냐 항
로봇	rô bốt	로 봇
렌트	thuê	투에
렌트카	thuê xe	투에 쌔

마루	sàn	싼
마르다	khô	코
마르다 (체형이)	gầy, ốm	거이, 옴
마무리하다	hoàn thành, kết thúc	환 타잉, 껫 툭
마시다	uống	우엉
마약	ma túy	마 뛰
마을	làng	랑
마음	tấm lòng	떰 롱
마중 나가다	đi đón	디 돈
마지막	cuối cùng	꾸어이 꿍
마켓팅	marketing	마 껫 팅
막내	em út	앰 웃
만나다	gặp	갑
만	mười nghìn	므어이 응인
만약	nếu, giá mà	네우, 자 마
매진	bán hết	반 헷
만족하다	thỏa mãn	토와 만

만지다	sờ	써
만화	truyện tranh	쭈엔 짜잉
많다	nhiều	녀이우
말 (동물)	ngựa	응으어
말 (언어)	tiếng, lời nói	띠엥, 러이 노이
말을 잘하다	giỏi ăn nói	조이 안 노이
말하다	nói	노이
맛보다	ăn thử	안 트
맛있다	ngon	응온
매일	hàng ngày	항 응아이
맥주	bia	비어
맵다	cay	까이
머리	đầu	더우
머리띠	bờm tóc	범 똑
머리카락	tóc	똑
먹다	ăn	안
먼지	bụi	부이
멀다	xa	싸
멀미 나다	say xe	싸이 쌔
메뉴	thực đơn	특 던
면도	cạo râu	까오 러우

면세	miễn thuế	미엔 투에
면세점	cửa hàng miễn thuế	끄어 항 미엔 투에
면적	diện tích	지엔 띡
면접관	người phỏng vấn	응어이 퐁 번
면접하다	phỏng vấn	퐁 번
명	người	응어이
명함	danh thiếp	자잉 티엡
몇	mấy	머이
모기	muỗi	무오이
모두	tất cả	떳 까
모래	cát	깟
모레	ngày kia	응아이 끼어
모르다	không biết	콩 비엣
모습	hình dáng	힝 장
모자	mũ, nón	무, 논
모험하다	mạo hiểm	마오 히엠
목격자	người chứng kiến	응어이 쯩 끼엔
목마르다	khát, khát nước	캇, 캇 느억
목소리	giọng nói	종 노이
목적	mục đích	묵 딕
몸	thân thể	턴 테

몸무게, 체중	cân nặng	껀 낭
몹시	rất, quá	젓, 과
못나다	xấu xí	써우 씨
무겁다	nặng	낭
무게를 재다	cân	껀
무대	sân khấu	썬 커우
무덤	mộ	모
무료	miễn phí	미엔 피
무섭다	sợ	써
무엇, 무슨	gì, cái gì	지, 까이 지
무역	thương mại	트엉 마이
무책임	vô trách nhiệm	보 짜익 녀이엠
무효	vô hiệu	보 히에우
묶다	buộc	부억
문	cửa	끄어
문법	ngữ pháp	응으 팝
문을 닫다	đóng cửa	동 끄어
문을 열다	mở cửa	머 끄어
문자	chữ viết	쯔 비엣
문장	câu	꺼우
문제	vấn đề	번 데

문학	văn học	반 혹
물	nước	느억
물가	giá cả	자 까
물건	đồ vật	도 벗
미국	Mỹ, Hoa Kỳ	미, 화 끼
미끄럽다	trơn	쩐
미래	tương lai	뜨엉 라이
미술	mỹ thuật	미 투엇
미용실	hiệu cắt tóc	히에우 깟 똑
민족	dân tộc	전 똑
민주	dân chủ	전 쭈
민주주의	chủ nghĩa dân chủ	쭈 응이어 전 쭈
믿다	tin	띤
믿음	niềm tin	니엠 띤
밀가루	bột mỳ	봇 미
밉다, 싫다	ghét	갯

바꾸다	đổi, thay	도이, 타이
바나나	chuối	쭈오이
바다	biển	비엔
바람	gió	조
바라보다	nhìn theo, trông theo	녀인 태오, 쫑 태오
바란다	mong	몽
바보, 멍청한	ngốc, ngu	응옥, 응우
바쁘다	bận	번
바지	quần	구언
박물관	bảo tàng	바오 땅
박스	hộp	홉
반	một nửa, rưỡi	못 느어, 즈어이
반갑게	mừng rỡ, vui mừng	믕 러, 부이 믕
반대하다	phản đối	판 도이
반도	bán đảo	반 다오
반지	nhẫn	녀언
발견하다	phát hiện	팟 히엔

발음	phát âm	팟 엄
발	chân	쩐
발걸음	bước chân	브억 쩐
밝다	sáng, sáng sủa	쌍, 쌍 쑤어
밥	cơm	껌
방	phòng	퐁
방귀를 뀌다	đánh rắm	다잉 잠
방문자	khách	카익
방문하다	đi thăm	디 탐
방법	phương pháp	프엉 팝
방향	phương hướng	프엉 흐엉
배 (과일)	lê	레
배 船	thuyền	투엔
배 飽□	bụng	붕
배고프다	đói, đói bụng	도이, 도이 붕
배부르다	no	노
배신하다	phản bội	판 보이
배우	diễn viên	지엔 비엔
배터리	pin	삔
백	một trăm	못 짬
백금	vàng trắng	방 짱

백화점	trung tâm thương mại	쭝 떰 트엉 마이
뱀	rắn	잔
버리다	chịu	찌우
버스	xe buýt	쌔 부잇
버스 정류장	bến xe buýt	벤 쌔 부잇
버터	bơ	버
번역하다	biên dịch, dịch	비엔 직, 직
범위	phạm vi	팜 비
범인	phạm nhân	팜 녀언
법	luật	루엇
벗다	cởi, bỏ	꺼이, 보
베개	gối	고이
베트남	Việt Nam	비엣 남
베트남어	tiếng Việt	띠엥 비엣
베트남 사람	người Việt nam	응어이 비엣 남
벨트	thắt lưng	탓 릉
벽	tường	뜨엉
변경하다	đổi, thay đổi	도이, 타이 도이
변비	táo bón	따오 본
변호사	luật sư	루엇 쓰
변호하다	biện hộ	비엔 호

별	sao	싸오
병(단위)	chai	짜이
병 病	bệnh	베잉
병실	phòng bệnh	퐁 베잉
병원	bệnh viện	베잉 비엔
병을 고치다	chữa bệnh	쯔어 베잉
보고 싶다	nhớ	녀
보내다	gửi	그이
보내는 사람	người gửi	응어이 그이
보다 (watch)	xem	쌤
보다 (look)	nhìn	녀인
보상	đền bù, bồi thường	덴 부, 보이 트엉
보석	đá quý, châu báu	다 귀, 쩌우 바우
보여주다	cho xem	쪼 쌤
보증금	tiền đặt cọc, tiền bảo lãnh	띠엔 닷 꼭, 띠엔 바오 라잉
보증인	người bảo lãnh	응어이 바오 라잉
보증하다	bảo lãnh	바오 라잉
보통	bình thường	빙 트엉
보험	bảo hiểm	바오 히엠
보험회사	công ty bảo hiểm	꽁 띠 바오 히엠

보호하다	bảo vệ	바오 베
복숭아	quả đào	과 다오
복잡하다	phức tạp	픅 땁
봄	mùa xuân	무어 쑤언
봉투	phong bì	퐁 비
부끄럽다	xấu hổ, thẹn	써우 호, 탠
부동산	bất động sản	벗 동 싼
부드럽다	mềm	멤
부럽다	ghen, ghen tị	갠, 갠 띠
부르다	gọi	고이
부모	bố mẹ, ba má	보 매, 바 마
부부	vợ chồng	버 쫑
부분	bộ phận	보 펀
부엌	bếp	벱
부자	người giàu	응어이 자우
부재중	đi vắng	디 방
북쪽	miền Bắc	미엔 박
분 (시간단위)	phút	풋
분노	phẫn nộ	펀 노
분산	phân tán	펀 딴
분야	lĩnh vực	링 븍

분홍색	màu hồng	마우 홍
불	lửa	르어
불교	Phật giáo	펏 자오
불법	bất hợp pháp, phạm luật	벗 헙 팝, 팜 루엇
불법체류자	người cư trú bất hợp pháp	응어이 끄 쭈 벗 헙 팝
불쌍하다	đáng thương, tội nghiệp	당 트엉, 또이 응이엡
불안하다	bất an	벗 안
불쾌하다	khó chịu	코 찌우
불편하다	bất tiện	벗 띠엔
불행하다	bất hạnh	벗 하잉
불효하다	bất hiếu	벗 히에우
브랜드	thương hiệu	트엉 히에우
비	mưa	므어
비가 오다	mưa, trời mưa	므어, 쩌이 므어
비교	so sánh	쏘 싸잉
비누	xà phòng	싸 퐁
비밀	bí mật	비 멋
비밀번호	mã số bí mật	마 쏘 비 멋
비싸다	đắt	땃

비옷	áo mưa	아오 므어
비우다	bỏ trống	보 쫑
비정상적이다	không bình thường	콩 빙 트엉
비웃다	cười đểu, cười mỉa	끄어이 데우, 끄어이 미어
비행기	máy bay	마이 바이
비행기표	vé máy bay	배 마이 바이
빈혈	thiếu máu	티에우 마우
빌리다 (집, 차 등)	thuê, mượn	투에, 므언
빌리다 (돈을 빌리다)	vay, vay tiền	바이, 바이 띠엔
빌려주다 (비용 없이)	cho mượn	쪼 므언
빌려주다 (돈)	cho vay	쪼 바이
빛	ánh sáng	아잉 쌍
빠르다	nhanh	녀아잉
빨간색	màu đỏ	마우 도
빨래하다	giặt	잣
빵	bánh mỳ	바잉 미
뼈	xương	쓰엉

사, 4	bốn	본
사거리	ngã tư	응아 뜨
사계절	bốn mùa	본 무어
사고	tai nạn	따이 난
사과	quả táo	과 따오
사과하다	xin lỗi	씬 로이
사다	mua	무어
사람	người	응어이
사랑	tình yêu	띵 이에우
사랑하다	yêu	이에우
사립	tư lập	뜨 럽
사막	sa mạc	싸 막
사무실	văn phòng	반 퐁
사실	sự thật	쓰 텃
사업	kinh doanh, làm ăn	낑 조아잉, 람 안
사업가	doanh nhân	조아잉 녀언
사용하다	sử dụng, dùng	쓰 중, 증

사장	giám đốc	잠 독
사전	từ điển	뜨 디엔
사진	ảnh, hình	아잉, 힝
사진작가	thợ chụp ảnh, nhiếp ảnh gia	터 쭙 아잉, 녀이엡 아잉 자
사진을 찍다	chụp ảnh	쭙 아잉
사탕	kẹo	깨오
사투리	tiếng địa phương	띠엥 디어 프엉
사회	xã hội	싸 호이
사회복지	phúc lợi xã hội	푹 러이 싸 호이
산	núi	누이
산책하다	đi dạo	디 자오
산호	san hô	싼 호
살다	sống	쏭
삶	cuộc sống	꾸억 쏭
삶다	luộc	루억
삼, 3	ba	바
상금	tiền thưởng	띠엔 트엉
상인	người buôn bán	응어이 부언 반
상업	thương nghiệp	트엉 응이엡
상처	vết thương	벳 트엉

상처를 주다	làm tổn thương	람 똔 트엉
상처를 입다	bị tổn thương	비 똔 트엉
상하다 (음식)	ôi thiu, hỏng	오이 티우, 홍
새	chim	찜
새롭다	mới	머이
새우	tôm	똠
색깔	màu, màu sắc	마우, 마우 싹
샐러드	sa lat	싸 랏
생각	suy nghĩ, ý nghĩ	쑤이 응이, 이 응이
생각하다	nghĩ, suy nghĩ	응이, 쑤이 응이
생리, 월경	kinh nguyệt	낑 응우엣
생리용품	băng vệ sinh	방 베 씽
생산하다	sản xuất	싼 쑤엇
생선, 물고기	cá	까
생일	sinh nhật	씽 녓
생일파티	tiệc sinh nhật	띠억 씽 녓
생활	sinh hoạt	씽 홧
생활비	sinh hoạt phí	씽 홧 피
샤워하다	tắm	땀
샴푸	sữa tắm	쓰어 땀
서두르다	vội, vội vàng	보이, 보이 방

서류	tài liệu, hồ sơ	따이 러이우, 호 써
서명	ký tên	끼 뗀
서비스	dịch vụ	직 부
서양	phương Tây	프엉 떠이
서쪽	phía Tây	피어 떠이
서랍	ngăn kéo	응안 깨오
서투르다	vụng về, không quen	붕 베, 콩 고앤
선거하다	bầu cử	버우 끄
선물	quà	과
선물하다	tặng quà	땅 과
선생님	giáo viên	자오 비엔
선수	cầu thủ	꺼우 투
선택하다	chọn, lựa chọn	쫀, 르어 쫀
설날	tết, ngày tết	뗏, 응아이 뗏
설명하다	giải thích	자이 틱
섬	đảo	다오
성격	tính, tính cách, tính tình	띵, 띵 까익, 띵 띵
성공하다	thành công	타잉 꽁
성별	giới tính	저이 띵
성명	họ tên	호 뗀
성장하다	trưởng thành	쯔엉 타잉

성적	thành tích	타잉 띡
세계	thế giới	테 저이
세기	thế kỷ	테 끼
세다 (동사)	đếm	뗌
세다 (힘)	khỏe	코애
세상	đời, cuộc đời, thế gian	더이, 꾸억 더이, 테 잔
세수하다	rửa mặt	즈어 맛
세탁기	máy giặt	마이 잣
셋, 3	ba	바
셔츠	áo sơ mi	아오 써 미
소	bò	보
소개하다	giới thiệu	저이 티에우
소고기	thịt bò	팃 보
소금	muối	무오이
소녀	thiếu nữ	티에우 느
소년	thiếu niên	티에우 년
소득	thu nhập	투 녀업
소매치기	móc túi	목 뚜이
소박하다	giản dị, mộc mạc	잔 지, 목 막
소리	tiếng, tiếng động	띠엥, 띠엥 동

소리를 지르다	kêu, hét lên	께우, 헷 렌
소설	tiểu thuyết	띠에우 투엣
소식	tin, tin tức	띤, 띤 뜩
소유	sở hữu	써 흐우
소유자	chủ sở hữu	쭈 써 흐우
소중하다	quan trọng	관 쫑
속도	tốc độ	똑 도
속옷	quần áo lót	꿘 아오 롯
속다	bị lừa	비 르어
속이다	lừa	르어
손	tay, bàn tay	따이, 반 따이
손가락	ngón tay	응온 따이
손님	khách	카익
손수건	khăn tay, khăn mùi xoa	칸 따이, 칸 무이 쏴
손자	cháu	짜우
손톱	móng tay	몽 따이
손해	tổn hại, thiệt hại	똔 하이, 티엣 하이
쇠	sắt	쌋
쇼핑하다	mua sắm	무어 쌈
수건	khăn	칸
수도	thủ đô	투 도

수상 (授賞)	trao thưởng	짜오 트엉
수상 (首相)	thủ tướng	투 뜨엉
수술하다	phẫu thuật	퍼우 투엇
수염	râu	저우
수영복	áo tắm, áo bơi	아오 땀, 아오 버이
수영하다	bơi	버이
수영장	bể bơi, hồ bơi	베 버이, 호 버이
수입	thu nhập	투 녑
수입하다	nhập khẩu	녑 커우
수정하다, 고치다	sửa, chỉnh sửa	쓰어, 찡 쓰어
수준	tiêu chuẩn	띠에우 쭈언
수줍다	ngượng, ngại, xấu hổ	으엉, 응아이, 써우 호
수출하다	xuất khẩu	쑤엇 커우
수학	toán, toán học	또완, 또완 혹
숙제	bài tập	바이 떱
순결하다	trong trắng, thuần khiết	쫑 짱, 투원 키엣
숟가락	đũa	뚜어
술	rượu	즈어우
숨기다	giấu, che giấu	저우, 째 저우
숫자	số, số từ	쏘, 쏘 뜨
숲	rừng	증

쉬다	nghỉ	응이
쉽다	dễ	제
슈퍼마켓	siêu thị	씨에우 티
스위스	Thụy Sĩ	튀 씨
스페인	Tây Ba Nha	떠이 바 냐
스포츠	thể thao	테 타오
슬리퍼	dép	젭
슬프다	buồn	부언
습관	thói quen	토이 괜
습기	ẩm, hơi nước	엄, 허이 엄
습하다	ẩm, nồm	엄, 놈
승객	hành khách	하잉 카익
승리	thắng lợi	타잉 러이
시 (o'clock)	giờ	저
시간 (time)	thời gian	터이 잔
시간 (hour)	tiếng	띠엥
시계	đồng hồ	동 호
시골	nông thôn, quê	농 톤, 꽤
시끄럽다	ồn, ồn ào	온, 온 아오
시다	chua	쭈어
시스템	hệ thống	헤 통

시 (도시)	thành phố	타잉 포
시원하다	mát, mát mẻ	맛, 맛 매
시작하다	bắt đầu	밧 떠우
시장	chợ	쩌
시험	bài thi	바이 티
시험을 보다	thi	티
식당	nhà hàng	냐 항
식물	thực vật	특 벗
식사	bữa ăn, bữa cơm	브어 안, 브어 껌
식사하다	ăn, ăn cơm	안, 안 껌
신경	thần kinh	턴 낑
신경을 쓰다	bận tâm, lo lắng	번 떰, 로 랑
신기하다	kỳ lạ, lạ	끼 라, 라
신뢰하다	tin tưởng, tín nhiệm	띤 뜨엉, 띤 녀엠
신문	báo	바오
신발	giày dép	자이 젭
신부	cô dâu	꼬 저우
신비하다	thần bí	턴 비
신선하다	tươi	떠으이
신용카드	thẻ tín dụng	태 띤 중
신장	chiều cao cơ thể	찌에우 까오 꺼 테

신체	thân thể	턴 테
실례	thất lễ, bất lịch sự	텃 레, 벗 릭 쓰
실례하다	xin lỗi	씬 로이
실수하다	mắc lỗi	막 로이
실업하다	thất nghiệp	텃 응이엡
실연하다	thất tình	텃 띵
실제로	thực tế, trên thực tế	특 떼, 쩬 특 떼
실패하다	thất bại	텃 바이
실험하다	thử nghiệm, thí nghiệm	트 응이엠, 티 응이엠
심장	tim	띰
십, 10	mười	므어이
싸다	rẻ	제
싸우다 (말싸움하다)	cãi nhau	까이 녀아우
쌀	gạo	가오
쌀국수	phở	퍼
썬크림	kem chống nắng	깸 쫑 낭
쓰다 (글씨를)	viết	비엣
쓰다 (맛)	đắng	땅
쓰다, 사용하다	dùng, sử dụng	중, 쓰 중
쓰레기	rác, rác rưởi	작, 작 즈어이
쓰레기통	thùng rác, sọt rác	퉁 작, 솟 작
씻다	rửa	즈어

ㅇ

아가씨	cô gái	꼬 가이
아기	em bé	엠 배
아껴 쓰다	tiết kiệm	띠엣 끼엠
아내	vợ, bà xã	버, 바 싸
아름답다	đẹp	뗍
아마	có lẽ	꼬 래
아버지	bố, ba, cha	보, 바, 짜
아쉽다, 아깝다	tiếc, đáng tiếc	띠엑, 당 띠엑
아시아	châu Á	쩌우 아
아오자이	áo dài	아오 자이
아이디어	sáng kiến	쌍 끼엔
아이스	đá	다
아이스 커피	cà phê đá	까 페 다
아저씨	chú, bác	쭈, 박
아주	quá, rất, lắm	과, 젓, 람
아직	vẫn, chưa	번, 쯔어
아침	sáng, buổi sáng	쌍, 부오이 쌍

아침식사	bữa sáng, điểm tâm	브어 쌍, 디엠 떰
아침식사를 하다	ăn sáng	안 쌍
아프다	đau	다우
아프리카	Châu Phi	쩌우 피
악기	nhạc cụ	녀악 꾸
악어	cá sấu	까 써우
악의	ác ý	악 이
안개	sương mù	쓰엉 무
안경	kính, kiếng	낑, 끼엥
안과	khoa mắt	콰 맛
안내원	hướng dẫn viên	흐엉 전 비엔
안내하다	hướng dẫn	흐엉 전
안녕하세요	xin chào, chào	씬 짜오, 짜오
안다	ôm	옴
안마하다	mát xa, xoa bóp	맛 싸, 쏴 봅
안심하다	an tâm	안 떰
안약	thuốc mắt	투억 맛
안전하다	an toàn	안 또안
앉다	ngồi	응오이
알다	biết	비엣
알려주다	cho biết	쪼 비엣

알아보다	tìm hiểu	띰 히에우
암	ung thư	웅트
앞	trước, phía trước	쯔억, 피어 쯔억
애국심	lòng yêu nước	롱 이에우 느억
애국자	người yêu nước	응어이 이에우 느억
애인	người yêu	응어이 이에우
야구	bóng chày	봉 짜이
야구를 치다	đánh bóng chày	따잉 봉 짜이
야단치다	mắng	망
야채	rau	자우
약	thuốc	투억
약간	hơi, một chút	허이, 못 쭛
약국	nhà thuốc, hiệu thuốc	냐 투억, 히에우 투억
약속	hẹn, cuộc hẹn	핸, 꾸억 핸
약점	điểm yếu, yếu điểm	띠엠 이에우, 이에우 띠엠
약하다	yếu	이에우
약혼하다	đính hôn	띵 혼
얇다	mỏng	몽
양 (수량)	số lượng, lượng	쏘 르엉, 르엉
양력	dương lịch	즈엉 릭
양말	tất, vớ	떳, 버

양파	hành tây	하잉 떠이
양해	nhượng bộ	녀으엉 보
어깨	vai	바이
어디	đâu	더우
어디에	ở đâu	어 더우
어렵다	khó, khó khăn	코, 코 칸
어려움을 겪다	gặp khó khăn	갑 코 칸
어른	người lớn	응어이 런
어린이	trẻ em, thiếu nhi	째 엠, 티에우 녀이
어머니	mẹ	매
어울리다	hợp	헙
어제	hôm qua	홈 과
어휘	từ vựng, từ ngữ	뜨 븡, 뜨 응으
언제	bao giờ,	바오 저,
	khi nào,	키 나오,
	lúc nào	룩 나오
언제나	lúc nào cũng, luôn luôn	룩 나오 꿍, 루온 루온
얼굴	mặt, khuôn mặt	맛, 쿠언 맛
얼다	đông, đóng băng	동, 동 방
얼마	bao nhiêu	바오 녀에우
얼음	đá	다

엄격하다	nghiêm khắc	응이엠 칵
업무	công việc	꽁 비엑
없다	không có	콩 꼬
에어컨	máy lạnh, điều hòa nhiệt độ	마이 라잉, 띠에우 화 녀엣 도
여권	hộ chiếu	호 찌에우
여권번호	số hộ chiếu	쏘 호 찌에우
여동생	em gái	엠 가이
여드름	mụn trứng cá	문 쯩 까
여러 가지	nhiều loại, nhiều thứ	녀에우 로아이, 녀에우 트
여러분	các bạn, quý vị, mọi người	깍 반, 귀 비, 모이 으어이
여름	mùa hè	뭐 해
여보세요	a lô	알로
여성	phụ nữ, nữ	푸 느, 느
여자	con gái, phụ nữ	꼰 가이, 푸 느
여자 친구	bạn gái	반 가이
여행	du lịch	주 릭
여행사	công ty du lịch	꽁 띠 주 릭

여행자	khách du lịch	카익 주 릭
여객 터미널	bến xe khách	벤 쌔 카익
역 (기차, 지하철)	ga	가
역사	lịch sử	릭 쓰
연구하다	nghiên cứu	응이엔 끄우
연극	kịch	끽
연기하다	diễn	지엔
연락하다	liên lạc	리엔 락
연못	ao	아오
연습하다	luyện tập	루엔 떱
연예인	nghệ sĩ, sao	응에 씨, 싸오
연인	người yêu, người tình	응어이 이에우, 응어이 띵
연장하다	gia hạn, kéo dài	자 한, 깨오 자이
연필	bút chì	붓 찌
열다	mở	머
열쇠	chìa khóa	찌어 콰
열심히	chăm, chăm chỉ	짬, 짬 찌
열심히 일하다	làm việc chăm chỉ	람 비엑 짬 찌
염색하다	nhuộm	녀우옴
염소	dê	제

영, 0	không	콩
영국	Anh, Anh quốc	아잉, 아잉 구억
영사관	lãnh sự quán	라잉 쓰 관
영수증	hóa đơn	화 던
영어	tiếng Anh	띠엥 아잉
영웅	anh hùng	아잉 훙
영원히	mãi mãi	마이 마이
영토	lãnh thổ	라잉 토
영향	ảnh hưởng	아잉 흐엉
영화	phim	핌
영화관	rạp chiếu phim	잡 찌에우 핌
~에(서)	ở	어
예	ví dụ, thí dụ	비 주, 티 주
예쁘다	đẹp, xinh, xinh đẹp	뎁, 씽, 씽 뎁
예산	ngân sách	응언 싸익
예상	dự tính, dự đoán	즈 띵, 즈 도안
예술	nghệ thuật	응에 투엇
예약하다	đặt, đặt trước	닷, 닷 쯔억
예전에	trước đây	쯔억 더이
예절	phép lịch sự	펩 릭 쓰
예정	dự định	즈 띵

예측	đoán trước	도안 쯔억
오늘	hôm nay	홈 나이
오다	đến	덴
오렌지	cam	깜
오르다	lên	렌
오른쪽	bên phải	벤 파이
오리	vịt	빗
오빠, 형	anh, anh trai	아잉, 아잉 짜이
오이	dưa chuột	즈어 쭈엇
오일	dầu	저우
오직	chỉ, duy nhất	찌, 쥐 녓
오징어	mực	믁
오타	lỗi	로이
오토바이	xe máy	쌔 마이
오해하다	hiểu nhầm, hiểu lầm	히에우 녀엄, 히에우 럼
오후	chiều, buổi chiều	찌에우, 부어이 찌에우
옥	ngọc	응옥
옥수수	ngô	응오
온도	nhiệt độ	녀엣 도
온화하다	ôn hòa	온 화
올라가다	đi lên	디 렌

올해	năm nay	남 나이
옮다	lây, truyền	러이, 쭈엔
옮기다	chuyển, di dời	쭈엔, 지 저이
옳다	đúng, chuẩn	둥, 쭈언
옷 (상의)	áo	아오
완전	hoàn toàn	환 또안
왕	vua	부어
왕복	khứ hồi, hai chiều	크 호이, 하이 찌에우
왕복표	vé khứ hồi	베 크 호이
왜	sao, tại sao, vì sao	싸오, 따이 싸오, 비 싸오
왜냐하면	vì, tại vì, bởi vì	비, 따이 비, 버이 비
외과	khoa ngoại	콰 응오아이
외교	ngoại giao	응오아이 자오
외국	nước ngoài	느억 응오아이
외국인	người nước ngoài	응어이 느억 응오아이
외동 딸, 아들	con một	꼰 못
외롭다	cô đơn	꼬 던
외치다	hò hét, kêu gọi, gào	호 헷, 께우 고이, 가오
외출하다	ra ngoài	자 응오아이
왼쪽	bên trái	벤 짜이
요리하다	nấu ăn	너우 안

요리사	đầu bếp	더우 벱
우리 (상대방 미포함)	chúng tôi	쭝 또이
우리 (상대방 포함)	chúng ta	쭝 따
우비	áo mưa	아오 므어
우연히	ngẫu nhiên	응어우 녀엔
우울하다	trầm cảm	쩜 깜
우유	sữa	쓰어
우정	tình bạn	띵 반
우주	vũ trụ	부 쭈
우체국	bưu điện	브우 디엔
우표	tem	뗌
운동하다	vận động, tập thể dục	번 동, 떱 테 죽
운명	vận mệnh	번 메잉
운송	vận chuyển	번 쭈엔
운송비	phí vận chuyển	피 번 쭈엔
운전기사	tài xế, lái xe	따이 쎄, 라이 쌔
운전면허증	bằng lái xe	방 라이 쌔
운전하다	lái xe	라이 쌔
울다	khóc	콕
움직이다	di chuyển	지 쭈엔
웃다	cười	끄어이

원망하다	oán giận	완 전
원숭이	khỉ	키
원리	nguyên lý	응우엔 리
원하다	muốn	무언
월	tháng	탕
월급	lương, lương tháng	르엉, 르엉 탕
위기	nguy cơ	응위 꺼
위대하다	vĩ đại	비 다이
위로하다	an ủi	안 우이
위반하다	vi phạm	비 팜
위생적이다	vệ sinh	베 씽
위치	vị trí	비 찌
위험하다	nguy hiểm	응위 히엠
유럽	châu Âu	쩌우 어우
유머감각	khiếu hài hước	키에우 하이 흐억
유명하다	nổi tiếng	노이 띠엥
유적	di tích	지 띡
유창하다	lưu loát, trôi chảy	르우 로앗, 쪼이 짜이
유학생	du học sinh, lưu học sinh	주 혹 씽, 르우 혹 씽
유학하다	du học	주 혹
유행	mốt, thịnh hành	못, 팅 하잉

유혹	cám dỗ, lôi kéo	깜 조, 로이 깨오
은	bạc	박
은행	ngân hàng	응언 항
은혜	ân huệ	언 후에
음료수	đồ uống	도 우엉
음식	món ăn, đồ ăn, thức ăn	몬 안, 도 안, 특 안
음악	âm nhạc	엄 냑
응급차	xe cấp cứu	쌔 껍 끄우
의미	nghĩa, ý nghĩa	응이어, 이 응이어
의사	bác sĩ	박 씨
의자	ghế	게
의학	y học	이 혹
이	này	나이
이 곳	chỗ này, nơi này	쪼 나이, 너이 나이
이것	cái này	까이 나이
이기다	thắng	탕
이민가다	di dân	지 전
이론	lý luận	리 루언
이르다	sớm	썸
이름	tên	뗀
이메일 주소	địa chỉ email	디어 찌 이 멜

이번	lần này	런 나이
이불	chăn, mền	짠, 멘
이빨	răng	장
이 사람	người này	응어이 나이
이사하다	chuyển nhà	쭈엔 냐
이상하다	lạ, kỳ dị	라, 끼 지
이야기하다	nói chuyện	노이 쭈엔
이용하다	sử dụng, lợi dụng	쓰 중, 러이 중
이유	lý do	리 조
이인실	phòng đôi	퐁 도이
이해하다	hiểu	히에우
이해해 주세요	thông cảm cho	통 깜 조
이혼하다	ly hôn	리 혼
인간	con người	꼰 응어이
인구	dân số	전 쏘
인도	Ấn Độ	언 도
인도네시아	Indonesia	인 도 네 시 아
인민	nhân dân	녀언 전
인사	chào hỏi	짜오 호이
인상	ấn tượng	언 뜨엉
인쇄하다	in	인

인식하다	nhận thức	녀언 특
인종	nhân chủng	녀언 쭝
인터넷	internet	인 떠 넷
인형	búp bê	붑 베
일	việc, công việc	비엑, 꽁 비엑
일 日	ngày	응아이
일기	nhật ký	녓 끼
일본	Nhật Bản	녓 반
일본어	tiếng Nhật	띠엥 녓
일어나다 (자고 일어나다)	dậy, thức dậy	저이, 특 저이
일어나다	đứng dậy	뜽 저이
일요일	chủ nhật	쭈 녓
일인실	phòng đơn	퐁 던
일주일	một tuần	못 뚜언
일찍	sớm	썸
일하다	làm việc	람 비엑
읽다	đọc	독
잃다	mất	멋
임신하다	có thai, có mang	꼬 타이, 꼬 망
입	mồm, miệng	몸, 미엥
입구	cửa vào, lối vào	끄어 바오, 로이 바오

입국하다	nhập cảnh	녑 까잉
입다	mặc	막
입술	môi	모이
입학하다	nhập học	녑 혹
있다	có	꼬
잊다	quên	고엔

자격	tư cách	뜨 까익
자다	ngủ	응우
자동	tự động	뜨 동
자동 판매기	máy bán tự động	마이 반 뜨 동
자랑	niềm tự hào	념 뜨 하오
자랑하다	khoe, khoe khoang	코애, 코애 쾅
자료	tài liệu, tư liệu	따이 리에우, 뜨 리에우
자르다	cắt	깟
자르다 (머리를)	cắt tóc	깟 똑
자매	chị em	찌 엠
자본	tư bản	뜨 반
자본주의	chủ nghĩa tư bản	쭈 응이어 뜨 반
자식	con, con cái	꼰, 꼰 까이
자신 / 자기	mình	밍
자연	thiên nhiên, tự nhiên	티엔 녀엔, 뜨 녀엔
자원	tài nguyên	따이 응어엔
자유	tự do	뜨 조

자전거	xe đạp	쌔 답
작가	tác giả	딱 자
작년	năm ngoái	남 응오아이
작다	nhỏ, bé	녀오, 배
잔	chén, ly	짼, 리
잔돈	tiền lẻ	띠엔 레
잔디	bãi cỏ, sân cỏ	바이 꼬, 썬 꼬
잘못하다	sai, có lỗi	싸이, 꼬 로이
잘하다	giỏi	조이
잘난척하다	ra vẻ ta đây giỏi	자 배 따 더이 조이
잠	giấc ngủ	적 응우
잠그다	khóa	코아
잠옷	đồ ngủ, áo ngủ	도 응우, 아오 응우
잠이 오다	buồn ngủ	부언 응우
잠자다	ngủ	응우
잡다	bắt	밧
잡지	tạp chí	땁 찌
장갑	găng tay	강 따이
장난감	đồ chơi	또 쩌이
장남	anh cả	아잉 까
장녀	chị cả	찌 까

한국어	베트남어	발음
장례식	tang lễ	땅 레
장사하다	buôn bán, kinh doanh	부언 반, 낑 조아잉
장소	địa điểm, nơi, chỗ	디어 디엠, 너이, 쪼
장식하다	trang trí	짱 찌
장애인	người tàn tật	응어이 딴 떳
재능	tài năng	따이 낭
재미없다	không hay, không thú vị	콩 하이, 콩 투 비
재미있다	hay, thú vị	하이, 투 비
잼	mứt	믓
저, 저기	kia	끼어
저것	cái kia	까이 끼어
저녁	tối, buổi tối	또이, 부어이 또이
저녁식사	bữa tối	브어 또이
저녁을 먹다	ăn tối	안 또이
저렴하다	rẻ	재
적군	quân địch	구언 딕
적극적	tích cực	띡 끅
적다 (동사)	ghi	기
적다 (형용사)	ít	잇
적성	tính cách, khả năng	띵 까익, 카 낭
전공	chuyên môn	쭈엔 몬

전기	điện	디엔
전기밥솥	nồi cơm điện	노이 껌 디엔
전문적	có tính chuyên môn	꼬 띵 쭈엔 몬
전쟁	chiến tranh	찌엔 짜잉
전체	toàn bộ	또안 보
전통	truyền thống	쭈엔 통
전화기	điện thoại	디엔 토아이
전화를 걸다	gọi điện thoại	고이 디엔 토아이
전화번호	số điện thoại	쏘 디엔 토아이
절	chùa	쭈어
절대	tuyệt đối	뚜엣 도이
절대 ~ 하지 않다 (never)	không bao giờ	콩 바오 저
점심	buổi trưa	부어이 쯔어
점심시간	giờ nghỉ trưa	저 응이 쯔어
점심식사	bữa trưa	브어 쯔어
점심을 먹다	ăn trưa	안 쯔어
접대하다	tiếp khách	띠엡 카익
접시	đĩa, dĩa	디어, 지어
접수하다	tiếp nhận	띠엡 녀언
젓가락	đũa	두어
정거장	bến	벤

정도	mức độ	믁 도
정리하다	chỉnh đốn, sắp xếp	찡 돈, 쌉 쎕
정보	thông tin	통 띤
정부	chính phủ	찡 푸
정신	tinh thần	띵 턴
정신질환	bệnh thần kinh	베잉 턴 낑
정육점	cửa hàng thịt	끄어 항 팃
정중하다	trân trọng	쩐 쫑
정직하다	chính trực, ngay thẳng	찡 쯕, 응아이 탕
정직한 사람	người chính trực	응어이 찡 쯕
정차	dừng xe	증 쌔
정치	chính trị	찡 찌
정치가	nhà chính trị	냐 찡 찌
정확하다	chính xác	찡 싹
제안하다	đề nghị	데 응이
제자리	đúng chỗ	둥 조
제작하다	chế tác, làm	쩨 딱, 람
제한	giới hạn, hạn chế	저이 한
조개	con sò	꼰 쏘
조건	điều kiện	디에우 끼엔
조금	một chút, một ít	못 쭛, 못 잇

조상	tổ tiên	또 띠엔
조심하다	cẩn thận	껀 턴
조용하다 (공간)	yên tĩnh	이엔 띵
조용하다	im lặng	임 랑
조직	tổ chức	또 쯕
조카	cháu	짜우
존경하다	kính trọng	낑 쫑
졸업하다	tốt nghiệp	똣 응이엡
좁다	chật	쩟
종교	tôn giáo	똔 자오
종이	giấy	저이
좋다	tốt	똣
좋아하다	thích	틱
죄	tội	또이
죄송하다/미안하다	xin lỗi	씬 로이
주고 받다	trao đổi, cho và nhận	짜오 도이, 쪼 바 녀언
주다	cho	쪼
주소	địa chỉ	디어 찌
주식	cổ phần	꼬 펀
주식회사	công ty cổ phần	꽁 띠 꼬 펀
주의하다	chú ý	쭈 이

주	tuần	뚜언
주말	cuối tuần	꾸어이 뚜언
주차 금지	cấm đỗ xe	껌 도 쌔
주차장	bãi đỗ xe, bãi đậu xe	바이 도 쌔, 바이 떠우 쌔
주차하다	đỗ xe, đậu xe	도 쌔, 더우 쌔
주제	chủ đề	쭈 데
주체	chủ thể	쭈 테
죽	cháo	짜오
죽다	chết	젯
죽이다	giết	지엣
준비하다	chuẩn bị	쭈언 비
중국	Trung Quốc	쭝 구억
중국어	tiếng Trung Quốc	띠엥 쭝 구억
중국사람	người Trung Quốc	응어이 쭝 구억
중급	trung cấp	쭝 껍
중심	trung tâm	쭝 떰
중요하다	quan trọng	관 쫑
쥐	chuột	쭈엇
즐겁다	vui, vui vẻ	부이, 부이 배
증거	chứng cớ, chứng cứ	쯩 꺼, 쯩 끄
지각하다	muộn, trễ	무언, 쩨

지갑	ví, bóp	비, 봅
지구	trái đất	짜이 덧
지금	bây giờ	버이 저
지나가다	đi qua	디 과
지도	bản đồ	반 도
지도하다	chỉ đạo, hướng dẫn	찌 다오, 흐엉 전
지식	tri thức	찌 특
지역	khu vực	쿠 븍
지우다	bỏ, xóa	보, 쏴
지치다	kiệt sức	끼엣 쓱
진실	sự thật	쓰 텃
진심	thật lòng	텃 롱
진주	ngọc trai	응옥 짜이
진행하다	tiến hành	띠엔 하잉
질	chất lượng	쩟 르엉
질문	câu hỏi	꺼우 호이
질문하다	hỏi	호이
질투하다	ghen	갠
집	nhà	냐
집안 일	việc nhà, việc nội trợ	비엑 냐, 비엑 노이 쩌
집중하다	tập trung	떱 쭝

짜다	mặn	만
짝사랑	yêu đơn phương	이에우 던 프엉
짧다	ngắn	응안
찜	món hầm	몬 험

차 車	xe ô tô, xe hơi	쌔 오또, 쌔 허이
차 茶	trà, chè	짜, 째
차이	chênh lệch, khoảng cách	쩌잉 레익, 코앙 까익
착각하다	nhầm, nhầm lẫn	녀엄, 녀엄 런
착하다	hiền	히엔
참다, 견디다	chịu, chịu đựng	찌우, 찌우 등
찹쌀	gạo nếp	가오 넵
찻잔	chén trà	짼 짜
창고	kho	코
창문	cửa sổ	끄어 쏘
창의적	sáng tạo	쌍 따오
책	sách	싸익
책상	bàn	반
책을 읽다	đọc sách	독 싸익
책임	trách nhiệm	짜익 녀엠
책임이 있다	có trách nhiệm	꼬 짜익 녀엠
책임을 지다	chịu trách nhiệm	찌우 짜익 녀엠

책장	giá sách	자 싸익
처음	ban đầu, đầu tiên	반 더우, 더우 띠엔
천당	thiên đường	티엔 드엉
천만에요	không có gì	콩 꼬 지
천장	trần nhà	쩐 냐
천재	thiên tài	티엔 타이
천주교	Thiên Chúa giáo	티엔 쭈어 자오
천	nghìn, ngàn	응인, 응안
천천히	từ từ	뜨 뜨
청년	thanh niên	타잉 년
청소하다	dọn dẹp	존 젭
초급	sơ cấp	써 껍
초대하다	mời	머이
촌스럽다	quê mùa	꿰 무어
총명하다	thông minh	통 밍
촬영하다	quay, chụp	과이, 쭙
최고	tốt nhất	똣 녓
추억	ký ức, kỷ niệm	끼 윽, 끼 념
축구	bóng đá	봉 따
축구를 하다	đá bóng, đá banh	다 봉, 다 바잉
축제	lễ hội	레 호이

축하하다	chúc mừng	쭉 믕
출국	xuất cảnh	쑤엇 까잉
출발하다	xuất phát	쑤엇 팟
출산	đẻ, sinh con	대, 씽 꼰
출입구	cửa ra vào	끄어 자 바오
출입국	xuất nhập cảnh	쑤엇 녑 까잉
출판사	nhà xuất bản	냐 쑤엇 반
춤추다	nhảy	녀아이
춥다	lạnh, rét	라잉, 젯
충분하다	đủ	두
취미	sở thích	써 틱
취소하다	hủy	휘
취하다 (술에)	say rượu	싸이 즈어우
층	tầng	떵
치마	váy, đầm	바이, 덤
친구	bạn, bạn bè	반, 반 배
친절하다	thân thiện	턴 티엔
친척	họ hàng	호 항
친하다	thân	턴
친한 친구	bạn thân	반 턴
침대	giường	즈엉

침착하다	bình tĩnh	빙 띵
칫솔	bàn chải	반 짜이
칭찬하다	khen	캔

카드	thẻ	태
카메라	máy ảnh	마이 아잉
칼	dao	자오
캐나다	Canada	까 나 다
커튼	rèm	잼
커피	cà phê	까 페
커피숍	quán cà phê	관 까 페
컴퓨터	máy tính	마이 띵
코	mũi	무이
코끼리	voi	보이
코코넛	dừa	즈어
콘돔	bao cao su	바오 까오 쑤
콘서트	buổi hòa nhạc	부어이 화 냑
콜라	coca	꼬 까
콧물	nước mũi	느억 무이
콩	đậu	더우
크다	to, lớn	또, 런

큰 아버지	bác	박
키스	nụ hôn	누 혼
키스하다	hôn	혼
키우다	nuôi	누오이
킬로	cân, ki lô	껀, 낄로

타다 (차를)	lên, đi	렌, 디
타다 (음식이)	cháy	짜이
타다 (커피를)	pha cà phê	파 까 페
태국	Thái Lan	타이 란
태도	thái độ	타이 도
태양	mặt trời	맛 쩌이
태우다 (사람을)	chở	쩌
태풍	bão	바오
택시	tắc xi	딱 씨
테니스	ten nit	땐 닛
테이프	băng dính	방 징
토마토	cà chua	까 쭈어
토하다	nôn	논
통장	tài khoản	따이 코안
퇴사하다	nghỉ làm, nghỉ việc	응이 람, 응이 비엑
퇴직하다	nghỉ hưu, về hưu	응이 흐우, 베 흐우
퇴원하다	ra viện	자 비엔

투쟁하다	đấu tranh	더우 짜잉
튀기다	rán, chiên	잔, 찌엔
트럭	xe tải	쌔 따이
트림	ợ	어
특기	sở trường	써 쯔엉
특별하다	đặc biệt	닥 비엣
특산물	đặc sản	닥 싼
특징	đặc trưng	닥 쯩
틀리다	sai	싸이
티슈	giấy ăn	저이 안

파괴하다	phá hủy	파 휘
파란색	màu xanh	마우 싸잉
파리	ruồi	주오이
파마하다	uốn tóc	우언 똑
파티	tiệc	띠엑
팔다	bán	반
패션	thời trang	터이 짱
팩스	Fax	파익
펜	bút	붓
편견	định kiến	딩 끼엔
편도	một chiều	못 찌에우
편하다	thoải mái, tiện	토아이 마이, 띠엔
편리하다	thuận tiện	투언 띠엔
편지	thư	트
편지를 쓰다	viết thư	비엣 트
평균	bình quân	빙 구언
평생	cả đời	까 더이

평화	hòa bình	화 빙
포크	cái dĩa	까이 지어
포함되다	bao gồm	바오 곰
표현하다	biểu hiện, thể hiện	비에우 히엔, 테 히엔
품목	danh mục hàng hóa	자잉 묵 항 화
품질	chất lượng	쩟 르엉
풍경	phong cảnh	퐁 까잉
풍부하다	phong phú	퐁 푸
피	máu	마우
피다 (꽃이)	nở	너
피부	da	자
피부과	khoa da liễu	콰 자 리에우
피아노	piano	삐 아 노
피임하다	tránh thai	짜잉 타이
피하다	tránh	짜잉
필요 없다	không cần	콩 껀
필요하다	cần	껀

하나	một	못
하늘	trời	쩌이
하다	làm	람
하루	một ngày	못 응아이
하마	hà mã	하 마
학교	trường học	쯔엉 혹
학생	học sinh	혹 씽
한 번	một lần	못 런
한 번 더	một lần nữa	못 런 느어
한 명	một người	못 응어이
한가하다	rảnh, rỗi	자잉, 조이
한계	giới hạn	저이 한
한국	Hàn Quốc	한 구억
할 수 없다	không thể	콩 테
할 수 있다	có thể	꼬 테
할머니	bà	바
할아버지	ông	옹

합격하다	đỗ, đậu	도, 더우
합리적	hợp lý	헙 리
합작회사	công ty liên doanh	꽁 띠 리엔 조아잉
항공	hàng không	항 콩
항공권	vé máy bay	배 마이 바이
항공사	công ty hàng không	꽁 띠 항 콩
항구, 항만	cảng	깡
항상	luôn luôn	루언 루언
해 (년)	năm	남
해 (태양)	mặt trời	맛 쩌이
해결하다	giải quyết	자이 구엣
해군	hải quân	하이 구언
해롭다	có hại	꼬 하이
해방하다	giải phóng	자이 퐁
해야 하다	phải + 동사	파이
해외	nước ngoài,	느억 응오아이,
	hải ngoại	하이 응오아이
핸드폰	điện thoại di động	디엔 토아이 지 동
행복하다	hạnh phúc	하잉 푹
행운	may mắn	마이 만
행운을 빌다	cầu may	꺼우 마이

향기	hương	흐엉
향수	nước hoa	느억 화
허니문	tuần trăng mật	뚜언 짱 멋
헤어스타일	kiểu tóc	끼에우 똑
헤어지다	chia tay	찌어 따이
혀	lưỡi	르어이
혁명	cách mạng	까익 망
혁신	cải cách	까이 까익
현대	hiện đại	히엔 다이
현대사회	xã hội hiện đại	싸 호이 히엔 다이
현재	hiện tại, hiện nay	히엔 따이, 히엔 나이
현황	tình hình hiện tại	띵 힝 히엔 다이
혈압	huyết áp	후엣 압
혈액형	nhóm máu	녀옴 마우
형제	anh em	아잉 앰
호감	cảm tình	깜 띵
호감이 있다	có cảm tình	꼬 깜 띵
호기심	tính tò mò	띵 또 모
호랑이	hổ	호
호박	quả bầu	과 버우
호수	hồ	호

호주	Úc	욱
호텔	khách sạn	카익 싼
혼자	một mình	못 밍
홍콩	Hồng Kong	홍 꽁
화나다	tức giận, cáu	뜩 전, 까우
화내다	nổi giận	노이 전
화려하다	lòe loẹt, rực rỡ	로애 로엣, 즉 저
화장품	mỹ phẩm	미 펌
화장실	nhà vệ sinh	냐 베 씽
화장하다	trang điểm	짱 디엠
화학	hóa học	화 혹
확대	phóng to	퐁 또
확신	niềm tin chắc chắn	념 띤 짝 짠
확실하다	chắc chắn	짝 짠
확장하다	mở rộng	머 종
환경	môi trường	모이 쯔엉
환불	hoàn lại tiền	환 라이 띠엔
환자	bệnh nhân	베잉 녀언
환전하다	đổi tiền	도이 띠엔
회계	kế toán	께 또안
회복하다	hồi phục	호이 푹

회사	công ty	꽁 띠
회사원	nhân viên công ty	녀언 비엔 꽁 띠
회원	hội viên	호이 비엔
회의실	phòng họp	퐁 홉
회의하다	họp	홉
회색	màu xám	마우 쌈
회장	tổng giám đốc	똥 잠 독
효과	hiệu quả	히에우 과
효도하다	hiếu thảo	히에우 타오
효력	hiệu lực	히에우 륵
~후에	sau	싸우
후추	hạt tiêu	핫 띠에우
후회하다	hối hận	호이 헌
훌륭하다	tài giỏi, xuất sắc	따이 조이, 쑤엇 싹
휴가	kỳ nghỉ	끼 응이
휴일, 쉬는 날	ngày nghỉ	응아이 응이
휴식	nghỉ ngơi	응이 응어이
휴지	giấy vệ sinh	저이 베 씽
흐르다	chảy, trôi đi	짜이, 쪼이 디
흐림	nhiều mây, âm u	녀이에우 머이, 엄 우
흐뭇하다	hài lòng, vui lòng	하이 롱, 부이 롱

희망하다	hi vọng	히 봉
희생	hi sinh	히 씽
희한하다	hi hữu	히 흐우
히터	lò sưởi	로 쓰어이
힌두교	Hin đu giáo	힌 두 자오

à?	질문으로 전환	아
ạ	존댓말	아
anh	손위남자	아잉
Anh	영국	아잉
anh em	형제	아잉 앰
anh hùng	영웅	아잉 훙
anh trai	형/오빠	아잉 짜이
anh ấy	그오빠/그형	아잉 어이
ánh sáng	빛, 광선	아잉 쌍
ảnh	사진	아잉
ảnh hưởng	영향	아잉 흐엉
ao	연못	아오
áo	옷, 윗도리	아오
áo dài	베트남 전통의상	아오 자이
áo mưa	비옷	아오 므어
áo sơ mi	셔츠	아오 써 미
áo tắm	수영복	아오 땀

ăn	먹다	안
ăn sáng	아침식사를 하다	안 쌍
ăn trưa	점심식사를 하다	안 쯔어
ăn tối	저녁식사를 하다	안 또이
ăn đêm	야식을 먹다	안 뎀
ăn mày	구걸하다	안 마이
ăn thử	먹어 보다	안 트
ăn trộm	도둑, 도둑질하다	안 쫌
âm lịch	음력	엄 릭
ấm	따뜻하다	엄
ẩm	습하다	엄
âm nhạc	음악	엄 냑
ân hận	후회되다	언 헌
ân nhân	은인	언 녀언
Ấn Độ	인도	언 도
ấn tượng	인상, 인상적	언 뜨엉

B

ba	숫자 3, 아버지 (남쪽)	바
ba mươi	숫자 30	바 므어이
bà	할머니, 나이 든 여성	바
bác	큰 아버지	박
bác sĩ	의사	박 씨
bạc	은	박
bài 1	1 과	바이 못
bài hát	노래	바이 핫
bài tập	숙제	바이 떱
ba lô	등에 매는 가방	바 로
bàn	책상	반
bản đồ	지도	반 도
bạn	친구	반
bạn gái	여자친구	반 가이
bạn trai	남자친구	반 짜이
bạn thân	친한 친구	반 턴
bánh	과자	바잉

bánh mỳ	빵	바잉 미	
bao giờ	언제	바오 저	**B**
bao lâu	(시간) 얼마나	바오 러우	
bao xa	(거리) 얼마나 멀어요?	바오 싸	
bão	태풍	바오	
bát	그릇	밧	
bảy	숫자 7	바이	
bắc	(방향) 북쪽	박	
bằng	같다, 만큼	방	
bằng nhau	서로 같다	방 녀아우	
bắt đầu	시작하다	밧 더우	
bận	바쁘다	번	
bẩn	지저분하다, 더럽다	번	
bây giờ	지금	버이 저	
bé	아기, 작다	배	
béo	뚱뚱하다, 살 찌다	배오	
bến xe buýt	버스 정류장	벤 쌔 부잇	
bệnh	질병	베잉	
bệnh viện	병원	베잉 비엔	
bia	맥주	비어	
bia hơi	호프	비어 허이	

한국어 - 베트남어 89

biển	바다, 번호판, 간판	비엔
biết	알다	비엣
biểu diễn	공연	비에우 지엔
bình thường	보통, 그럭저럭	빙 트엉
bóng đá	축구	봉 다
bố	아버지	보
bố mẹ	부모	보 매
bộ phận	부서, 부분	보 펀
bốn	숫자 4	본
bơi	수영하다	버이
buổi sáng	오전시간	부오이 쌍
buổi trưa	점심시간	부오이 쯔어
buổi chiều	오후시간	부오이 찌에우
buổi tối	저녁시간	부오이 또이
buồn	슬프다	부온
bút	볼펜	붓
bừa bộn	엉망이다, 어지려져 있다	브어 본
bức	사진단위, 덥다	븍
bưu điện	우체국	브우 디엔

C

ca sĩ	가수	까 씨
cà phê	커피	까 페
cả A và B	A와B 모두	까 아 바 베
cá	물고기, 생선	까
các	들(복수)	깍
cách	간격, 방식	까익
cách đây	여기서부터의 간격, ~ 전에	까익 데이
cái	사물 단위 (개), 것	까이
cái này	이것	까이 나이
cái kia	저것	까이 끼어
cái đó/ấy/đấy	그것	까이 도/ 어이/더이
cái gì	무엇, 어떤 것	까이 지
cam	오렌지	깜
cám ơn	감사하다, 고맙다	깜 언
cảm ơn	감사하다, 고맙다	깜 언
canh	국 (음식)	까잉
cạnh	옆	까잉

cảnh	풍경	까잉
cảnh sát	경찰	까잉 쌋
cao	높다, 키 크다	까오
cay	맵다	까이
căng thẳng	긴장하다	깡 탕
cắt	자르다	깟
cấm	금지	껌
cần	필요하다	껀
cẩn thận	조심하다	껀 턴
câu	문장, 낚다	꺼우
câu hỏi	질문	꺼우 호이
cầu thủ	선수	꺼우 투
cậu	외삼촌	꺼우
cây	나무	꺼이
chai	병	짜이
chai bia	맥주병	짜이 비어
chai rượu	술병	짜이 즈어우
chán	지루하다, 싫증, 심심하다	짠
chanh	레몬	짜잉
chào	인사	짜오
cháu	조카, 손자, 아이	짜우

chạy	뛰다, 달리다	짜이
chăm chỉ	열심히, 부지런하다	짬 찌
chất liệu	소재	쩟 리에우
chất lượng	품질, 질	쩟 르엉
chè, trà	차	째, 짜
chỉ	단지, 가리키다	찌
chỉ …thôi	단지, ~일 뿐이다	찌…토이
chị	손위 여자	찌
chị gái	누나, 언니	찌 가이
chiếc	사물 단위	찌엑
chiều	오후	찌에우
chiều nay	오늘 오후	찌에우 나이
chiếu phim	영화를 상영하다	찌에우 핌
cho	주다(동사)	쪼
cho	에게(전치사)	쪼
chó	개, 강아지	쪼
chọn	선택하다, 고르다	쫀
chỗ	곳	쪼
chồng	남편 (북쪽)	쫑
chờ	기다리다	쩌
chợ	시장	쩌

chơi	놀다	쩌이
chủ	주인	쭈
chủ nhà	집주인	쭈 냐
chủ đề	주제	쭈 데
chủ nhật	일요일	쭈 녓
chua	시다	쭈어
chúng tôi	우리 (듣는 사람 포함되지 않다)	쭝 또이
chúng ta	우리 (듣는 사람 포함되다)	쭝 따
chưa	~하지 않았다 (과거 부정)	쯔어
chưa bao giờ	~한 적이 없다	쯔어 바오 저
có	있다, 네 (긍정 대답)	꼬
có lẽ	아마도	꼬 래
có thể	~할 수 있다, ~할 가능성이 있다	꼬 테
com lê	양복	꼼 레
con	자녀, 생물체의 단위명사	꼰
con gái	여자, 딸	꼰 가이
con trai	남자, 아들	꼰 짜이
còn	그리고, 그런데	꼰
cô	아가씨, 여자선생님, 고모	꼬
cô ấy	그녀	꼬 어이
cô đơn	외롭다	꼬 던

cô gái	아가씨	꼬 가이
cô giáo	여자교사	꼬 자오
cố gắng	노력하다	꼬 강
cốc	컵	꼭
công an	공안, 경찰	꽁 안
công nhân	노동자	꽁 녀언
công tác	출장	꽁 딱
công ty	회사	꽁 띠
công việc	일, 업무	꽁 비엑
công viên	공원	꽁 비엔
cơm	밥	껌
cũ	오래된, 낡은	꾸
cua	게	꾸어
của	의	꾸어
cuộc đời	인생, 세상	꾸억 더이
cuộc sống	삶, 생활	꾸억 쏭
cuối	말 (末)	꾸오이
cuối tuần	주말	꾸오이 뚜언
cuốn	책 단위 (권)	꿘
cùng (với)	같이, 함께	꿍 (버이)
cửa hàng	가게	끄어 항

cửa	문	끄어
cửa sổ	창문	끄어 쏘
cười	웃다	끄어이
cưới	결혼하다	끄어이

D

da	피부	자
dạ	예, 네	자
dài	길다	자이
dao	칼	자오
dạo này	요즘	자오 나이
dày	두껍다	자이
dạy	가르치다	자이
dân số	인구	전 소
dậy	일어나다	저이
dép	슬리퍼	잽
dễ	쉽다	제
dễ thương	귀엽다	제 트엉
dịch vụ	서비스	직 부
diễn viên	배우	지엔 비엔
dọn dẹp	청소하다	존 잽
du lịch	여행하다	주 릭
dùng	쓰다, 사용하다, 드시다	중

dự báo	예보	즈 바오
dưa hấu	수박	즈어 허우
dứa	파인애플	즈어
dưới	아래, 밑	즈어이

đá	차다	다
đá bóng	축구를 하다	다 봉
đã … chưa?	~ 했냐?	다… 즈어
đại học	대학	다이 혹
đang	~하고 있다 (현재진행중)	당
đánh	때리다	다잉
đánh cầu lông	배드민턴을 치다	다잉 꺼우 롱
đánh răng	양치질 하다	다잉 장
đau	아프다	다우
đặc biệt	특별, 특히	닥 비엣
đắng	쓰다	당
đắt	비싸다 (북쪽)	닷
đặt	예약하다	닷
đặt phòng	방을 예약하다	닷 퐁
đặt vé	표를 예약하다	닷 배
đất	땅	덧
đâu?	어디?	더우

đầu	머리	더우
đầu tiên	맨 처음, 첫째	더우 띠엔
đây	이 것, 이 사람, 여기	더이
đấy / đó	그 것, 그 사람, 거기	더이 / 더
đen	검은, 까맣다	댄
đèn	등, 전등	댄
đeo	차다, 착용하다	대오
đẹp	예쁘다	댑
đẹp trai	잘생겼다	댑 짜이
để	~하기 위해, 두다	데
đề nghị	요청하다	데 응이
đêm	밤	뎀
đến	오다, ~까지	덴
đi	가다	디
đi bộ	걸어가다	디 보
đi dạo	산책하다	디 자오
đi du lịch	여행가다	디 주 릭
đi đâu?	어디 가냐?	디 더우
đi đi	가라, 가자	디 디
đi học	학교 가다	디 혹
đi làm	일하러 가다, 출근하다	디 람

đi ngủ	잠을 자다	디 응우
đi qua	지나가다	디 과
đi xe máy	오토바이를 타다	디 쌔 마이
đĩa	접시	디어
đĩa (nhạc / phim)	cd (음악, 영화)	디어 (냑 / 핌)
địa chỉ	주소	디어 찌
điện	전기	디엔
điện thoại	전화기	디엔 토아이
đó	그	도
đỏ	빨간	도
đọc	읽다	독
đói	배고프다	도이
đồ ăn	음식, 먹거리	도 안
đồ đạc	물건, 짐, 가구	도 닥
đồ uống	음료	도 우엉
độc thân	독신	독 턴
đôi	더블, 켤레	도이
đôi khi	때로, 가끔	도이 키
đối diện	반대편, 맞은편	도이 지엔
đổi	바꾸다	도이
đội	(모자를) 쓰다, 팀	도이

Đ

đông	동쪽, 겨울, 봄비다	동
đồng hồ	시계	동 호
đồng ý	동의하다	동 이
đồng nghiệp	동료	동 응이엡
động từ	동사	동 뜨
động vật	동물	동 벗
đủ	충분하다	두
đùa	농담	두어
đũa	젓가락	두어
đúng	맞다, 옳다	둥
đưa	건네다, 주다	드어
được	되다	드억
được không?	되냐?	드억 콩
đường	길, 설탕	드엉

E

em	손아래 남·녀, 동생	앰
em bé	애기	앰 배
em họ	삼촌 동생	앰 호
em gái	여동생	앰 가이
em trai	남동생	앰 짜이
eo	허리	애오
éch	개구리	에익
êm	푹신하다	엠

G

ga	역, 가스	가
gà	닭	가
gạo	쌀	가오
gặp	만나다	갑
ghét	싫어하다	갯
ghế	의자	게
ghi	적다, 메모하다	기
gia đình	가족	자 딩
già	늙다	자
giá (cả)	가격	자 (까)
giá sách	책장	자 싸익
giá trị	가치	자 찌
giám đốc	사장	잠 독
giảm	축소하다, 절감하다, 내리다	잠
giảm giá	가격인하, 할인	잠 자
giảng viên	강사	장 비엔
giao thông	교통	자오 통

giáo dục	교육	자오 죽
giáo sư	교수	자오 쓰
giáo viên	교사, 선생님	자오 비엔
giàu	부유하다	자우
giày	구두, 신발	자이
giày thể thao	운동화	자이 테 타오
giấy	종이	저이
giấy A4	A4용지	저이 아 본
giấy vệ sinh	화장지	저이 베 싱
gió	바람	조
giỏi	잘하다	조이
giống	같다, 닮다	종
giống nhau	서로 같다, 서로 닮다	종 녀아우
giống như	처럼	종 녀으
giờ	시	저
giờ nghỉ	쉬는 시간	저 응이
giới thiệu	소개하다	저이 티에우
giúp (đỡ)	돕다	줍 (더)
giữ	지키다	즈
giữa	가운데, 중간	즈어
giường	침대	즈엉

gọi	부르다	고이
gọi điện (thoại)	전화를 걸다	고이 디엔 (토아이)
gọi món	음식을 주문하다	고이 몬
gỗ	목재, 나무	고

hai	숫자 2	하이
hai mươi	숫자 20	하이 므어이
hải sản	해산물	하이 싼
hàng	물건	항
hàng không	항공	항 콩
hàng ngày	매일	항 응아이
hành	파	하잉
hành động	행동, 액션	하잉 동
hành khách	승객, 여객	하잉 카익
hạnh phúc	행복하다	하잉 푹
hát	노래하다	핫
hay	재미있다	하이
hay	또는, ~하거나 ~하다	하이
hay	자주, 빈번히	하이
hãy	~해라 (명령문)	하이
hẹp	(공간이) 좁다	햅
hệ thống	체계, 시스템	헤 통

hết	끝, 떨어진, 매진	헷
hiền	착하다	히엔
hiện nay	오늘날, 요즈음	히엔 나이
hiện tại	현재	히엔 따이
hiểu	이해하다	히에우
hiệu sách	서점	히에우 싸익
hình thức	형식, 외모	힝 특
ho	기침하다	호
họ	그들, 성 (性)	호
hoa	꽃	화
hoa quả	과일	화 과
hóa đơn	영수증	화 던
họa sĩ	화가	화 씨
hoàn thành	완성하다	환 타잉
hoạt động	활동하다	홧 동
hoạt hình	애니메이션	홧 힝
hoặc	또는, 혹은	호악
học	공부하다, 배우다	혹
học bài	공부하다, 복습하다	혹 바이
học kỳ	학기	혹 끼
học phí	학비	혹 피

học sinh	학생	혹 씽
hỏi	질문하다, 묻다	호이
hỏng	고장 나다	홍
họp	회의하다	홉
hồ	호수	호
hổ	호랑이	호
hộ chiếu	여권	호 찌에우
hội thoại	회화	호이 토아이
hôm	날	홈
hôm nay	오늘	홈 나이
hôm kia	그저께	홈 끼어
hôm qua	어제	홈 과
hôm trước	전날	홈 쯔억
hôn nhân	혼인	혼 녀언
hồng	분홍	홍
hồi hộp	두근거리다	호이 홉
hộp	박스	홉
hơi	약간, 조금	허이
hơn	보다 더	헌
hợp	어울리다	헙
hợp tác	협력하다	헙 딱

hút (thuốc)	(담배를) 피우다, 흡입하다	훗 (투억)
hướng dẫn viên	안내원	흐엉 전 비엔
hiếm khi	좀처럼, 드물게	히엠 키

I

im lặng	조용하다, 고요하다	임 랑
in	프린트하다, 인쇄하다	인
ít	적다	잇
ít khi	좀처럼, 드물게	잇 키

kem	아이스크림	깸
kèm	~와 함께, 곁들여 먹다	깸
kém	미달한, ~분전, 못하는	깸
2 giờ kém 10	2시 10분전	하이 저 깸 므어이
kế hoạch	계획	께 화익
kế toán	회계	계 또안
kết quả	결과	껫 과
kết thúc	끝나다, 끝내다	껫 툭
khá	상당히, 꽤	카
khác	다르다	칵
khác nhau	서로 다르다	칵 녀아우
khách	손님	카익
khách hàng	고객	카익 항
khám phá	탐방하다	캄 팜
khán giả	관객	칸 자
kháng sinh	항생제	카잉 씽
khát	갈증 나다	캇

khẳng định	긍정, 단언하다	캉 딩
khen	칭찬하다	캔
khí hậu	기후	키 허우
khó	어렵다	코
khoa	학과	콰
khoai	고구마	코아이
khoảng	쯤, 대략	코앙
khoe	자랑하다	코애
khỏe	건강하다, 힘세다	코애
khỏe mạnh	건강하다	쾌 마잉
khô	건조하다	코
không	아니다, 부정의미	커옹
không ai	아무도	커옹 아이
không bao giờ	절대~하지 않다	커옹 바오 저
không có gì	천만에요	커옹 꼬 지
không sao	괜찮다	커옹 싸오
không thể	~할 수 없다(조동사)	커옹 테
khởi hành	출발	커이 하잉
khu vực	구역, 지대	쿠 븍
khuya	늦은 밤	쿠이어
khuyên	충고하다	쿠이엔

kia	저기	끼어
kiếm tiền	돈을 벌다	끼엠 띠엔
kiểm tra	검사하다, 테스트	끼엠 짜
kiểu	유형	끼에우
kinh doanh	경영하다	낑 조아잉
kinh nghiệm	경험	낑 응이엠
kinh tế	경제	낑 떼
kính	유리	낑
kỳ nghỉ	휴가, 방학	끼 응이
kỹ sư	기술자, 기사	끼 쓰
kỹ thuật	기술	끼 투엇
ký túc xá	기숙사	끼 뚝 싸

L

là	이다	라
lá	잎	라
lạc	땅콩	락
lạc đường	길을 잃다	락 드엉
lái xe	운전하다	라이 쌔
lại	다시	라이
làm	~하다	람
làm quen	사귀다	람 구앤
làm việc	일하다	람 비엑
làng	마을	랑
lãng mạn	낭만적이다	랑 만
lạnh	춥다	라잉
lạnh lùng	냉정하다	라잉 룽
lao động	노동하다	라오 동
lắm	매우, 아주	람
lần	번, 회	런
lập gia đình	결혼하다	럽 자 딩

lấy	가지다	러이
lấy chồng	시집 가다	러이 쫑
lấy vợ	장가 가다	러이 버
lên	오르다	렌
lịch sử	역사	릭 쓰
lịch sự	예의 바르다	릭 쓰
liên lạc	연락하다	리엔 락
liên hoan	회식하다, 파티를 하다	리엔 환
liên quan	연관되다, 관계되다	리엔 관
lo (lắng)	걱정하다	로 (랑)
lọ hoa	꽃병	로 화
loại	종류	로아이
lon	캔	론
lớn	크다	런
lợn	돼지	런
lớp (học)	수업	럽 (혹)
luật	법	루엇
luật sư	변호사	루엇 쓰
lúc	때	룩
luôn (luôn)	항상	루언 (루언)
lưng	등	릉

lười	게으르다	르어이
lương (tháng)	월급, 급여	르엉 (탕)
ly dị, ly hôn	이혼하다	리 지, 리 혼
lý do	이유	리 조

M

ma	귀신	마
má	어머니 (남쪽)	마
mang	가지고 가다, 가지고 오다	망
mát (mẻ)	시원하다	맛 (매)
màu	색깔	마우
máy bay	비행기	마이 바이
máy lạnh	에어컨	마이 라잉
máy giặt	세탁기	마이 잣
máy (vi) tính	컴퓨터	마이 (비) 띵
mặc	입다	막
mặc cả	흥정하다, 가격을 깎다	막 까
mặc thử	입어 보다	막 트
mặn	짜다	만
mặt	얼굴	맛
mắt	눈	맛
mẫu giáo	유치원	머우 자오
mây	구름	머이

mấy?	몇?	머이
mấy giờ?	몇 시?	머이 저
mẹ	어머니 (북쪽)	매
mèo	고양이	매오
mệt	피곤하다	멧
mình	나, 자기, 자신	밍
mong	바라다, 기대하다	몽
món ăn	음식	몬 안
mỏng	얇은	몽
môi trường	환경	모이 쯔엉
một	숫자 1	못
một mình	혼자	못 밍
một trăm	백	못 짬
mới	새로운	머이
mới	방금 (부사)	머이
mũ	모자	무
mua	사다	무어
mua sắm	쇼핑하다	무어 쌈
mùa	계절	무어
mùa xuân	봄	무어 쑤언
mùa hè / hạ	여름	무어 해 / 하

mùa thu	가을	무어 투
mùa đông	겨울	무어 동
mùa mưa	우기	무어 므어
mùa khô	건기	무어 코
muốn	원하다, ~하고 싶다	무언
muộn	늦다	무언
mưa	비, 비가 오다	므어
mưa nhỏ	비가 조금 오다	므어 녀오
mưa phùn	가랑비	므어 푼
mưa rào	소나기	므어 자오
mừng	기쁘다, 반갑다	믕
mười	숫자 10	므어이
mượn	빌리다	므언
Mỹ	미국	미

N

nam	남성	남
nam	남쪽	남
nào	어떤, 어느	나오
này	이 (지시형용사)	나이
năm	숫자 5	남
năm	년, 해	남
năm nay	올해	남 나이
năm ngoái	작년	남 응오아이
năm trước	작년	남 쯔억
năm sau	내년	남 싸우
nằm	눕다	남
nắng	햇빛, 햇살	낭
nặng	무거운	낭
nâu	갈색	너우
nấu (ăn)	요리하다	너우 (안)
nấu cơm	밥을 하다	너우 껌
nem	튀김 롤 (베트남음식)	냄

nên	그러므로, 그래서 (부사)	넨
nên	~하는 것이 좋다(조동사)	넨
nếu	만약에 (접미사)	네우
ngã ba	삼거리	응아 바
ngã tư	사거리	응아 뜨
ngã năm	오거리	응아 남
ngạc nhiên	놀라다	응악 녀이엔
ngay	바로	응아이
ngày	날, 일	응아이
ngày kia	모레	응아이 끼어
ngày mai	내일	응아이 마이
ngày nay	오늘날	응아이 나이
ngày cưới	결혼식날	응아이 끄어이
ngày kỉ niệm	기념일	응아이 끼 념
ngắm	구경하다	응암
ngắm cảnh	풍경을 구경하다	응암 까잉
ngắn	짧다	응안
ngân hàng	은행	응언 항
nghe	듣다	응애
nghề	직업	응에
nghĩ	생각하다	응이

nghỉ (ngơi)	쉬다	응이 (응어이)
nghĩa	뜻, 의미	응이어
nghìn, ngàn	천 1000	응인, 응안
ngoài	밖, 바깥	응오아이
ngoại ngữ	외국어	응오아이 응으
ngon	맛있다	응온
ngọt	달다	응옷
ngô	옥수수	응오
ngồi	앉다	응오이
ngu	어리석은, 바보 같은	응우
ngủ	잠을 자다	응우
nguy hiểm	위험하다	응위 히엠
nguyên nhân	원인	응우엔 녀언
người	사람	응어이
người bán	판매원	응어이 반
người dân	시민	응어이 전
người yêu	애인	응어이 이에우
nha, nhé	가벼운 권유(문장 끝 조사)	냐, 녀애
nhà	집	냐
nhà báo	신문기사	냐 바오
nhà hát	극장, 오페라하우스	냐 핫

nhà hàng	식당	냐 항
nhà máy	공장	냐 마이
nhà thờ	성당, 교회	냐 터
nhà văn	문학작가	냐 반
nhà vệ sinh	화장실	냐 베 씽
nhạc	음악	냑
nhạc sĩ	작곡가	냑 씨
nhắn	메시지를 남기다, 소식을 전하다	녀안
nhầm	잘못, 오타	녀엄
nhân viên	직원, 사원	녀언 비엔
nhẫn	반지	녀언
nhất	가장, 제일	녓
nhất là	특히	녓 라
nhật ký	일기	녓 끼
nhiều	많다	녀이에우
nhiệt độ	온도, 기온	녀엣 도
nhìn	보다 (look)	녀인
nho	포도	녀오
nhỏ	작다	녀오
nhờ	부탁하다	녀
nhớ	기억하다, 보고 싶다	녀

như thế	그렇게	녀으 테
nhưng	하지만, 그러나	녀응
những	들 (복수)	녀응
nói	말하다	노이
nói chuyện	이야기하다	노이 쭈엔
nói dối	거짓말을 하다	노이 조이
nói đùa	농담을 하다	노이 두어
nói thật	솔직히 말하다	노이 텃
nón	모자(남쪽), 베트남전통모자	논
nóng	덥다, 뜨겁다	농
nổi tiếng	유명하다	노이 띠엥
nội trợ	주부	노이 쩌
nông dân	농민	농 전
nông thôn	농촌, 시골	농 톤
nơi	곳	너이
núi	산	누이
nữ	녀, 여성	느
nữa	더, 더 이상, 더 많은	느어
nước	물, 나라	느억
nước cam	오렌지물	느억 깜
nước lọc	정수	느억 록

nước mắm	생선간장	느억 맘
nước ngọt	음료수, 탄산음료	느억 응옷
nước suối	생수	느억 쑤오이
nướng	굽다, 구이	느엉

ong	벌	옹
ô	우산	오
ôm	안다	옴
ốm	아프다, 병이 들다	옴
ốm	마른 (남쪽)	옴
ồn ào	시끄럽다	온 아오
ổn	(상황) 괜찮은, 잘 되다	온
ôn tập	복습하다	온 떱
ông	할아버지, 나이 든 남성	옹
ông bà	할아버지 할머니	옹 바
ông nội	친할아버지	옹 노이
ông ngoại	외할아버지	옹 응오아이
ô tô	자동차	오 또
ở	에서 (부사)	어
ở	~에 있다, 머무르다 (동사)	어
ở đâu?	어디서? 어디에 있냐?	어 더우
ở đây	여기서	어 데어

ở đó	거기서	어 도
ở nhà	집에서, 집에 있다	어 냐

P

phải	맞다, 오른쪽	파이
phải không?	맞아요?	파이 콩
phát âm	발음	팟 엄
phát biểu	발표하다	팟 비에우
phát triển	발전하다	팟 찌엔
phạt	벌을 주다	팟
phân biệt	구별하다	펀 비엣
phía	쪽 (방향)	피어
phía sau	뒤쪽, 뒤편	피어 싸우
phía trước	앞쪽	피어 쯔억
phim	영화	핌
phong bì	봉투	퐁 비
phòng	방	퐁
phòng học	교실	퐁 혹
phòng họp	회의실	퐁 홉
phòng khách	객실	퐁 카익
phòng ngủ	침실	퐁 응우

phòng tắm	욕실	퐁 땀
phóng viên	기자	퐁 비엔
phỏng vấn	인터뷰하다, 면접하다	퐁 번
phố	거리	포
phổ biến	보편적이다	포 비엔
phở	쌀국수	퍼
phù hợp	부합한, 알맞은, 적당한	푸 헙
phụ nữ	여성	푸 느
phút	분	풋
phức tạp	복잡하다	픅 땁
phương pháp	방법	프엉 팝
phương tiện	수단	프엉 띠엔

Q

qua	지나다	과
quà	선물	과
quả	과일 단위	과
quá	너무, 매우	과
quá khứ	과거	과 크
quá đáng	너무하다	과 당
quan tâm	관심을 가지다	관 떰
quan trọng	중요한	관 쫑
quán	매점, 음식점	관
quán ăn	음식점	관 안
quán cà phê	커피숍	관 까페
quảng cáo	광고	광 까오
quạt	부채, 선풍기	괏
quay lại	되돌아가다, 유턴하다	과이 라이
quần	바지	구언
quần áo	옷, 복장	구언 아오
quần bò	청바지	구언 보

quận	군, 구 (행정 단위)	구언
quen	(사람을) 알다	구앤
quét nhà	집을 쓸다	구엣 냐
quê (hương)	고향	구에 흐엉
quên	잊다	구엔
quốc gia	국가	구억 자
quốc tế	국제	구억 떼
quốc tịch	국적	구억 띡
quyển	권 (책 단위)	구엔
quyết định	결정하다	구엣 딩

R

ra	나가다	자
rán	튀기다	잔
rảnh	한가하다	자잉
rạp (chiếu phim)	영화관	잡 (찌에우 핌)
rau	채소, 야채	자우
răng	이	장
rất	매우, 아주	젓
rẻ	싸다	재
rẽ phải	오른쪽으로 돌다	재 파이
rẽ trái	왼쪽으로 돌다	재 짜이
rét	춥다	잿
riêng	따로, 개인의	지엥
rồi	완료	조이
rồi	~하고 나서 (접속사)	조이
rỗi	한가하다	조이
rộng	넓다	종
rửa	씻다	즈어

rửa bát	설거지 하다	즈어 밧
rửa mặt	세수하다	즈어 맛
rưỡi	반 (30분)	즈어이
rượu	술	즈어우

S

sách	책	싸익
sạch (sẽ)	깨끗하다	싸익 (쌔)
sai	틀리다, 옳지 않다	싸이
sang trọng	호화로운	쌍 쫑
sáng	아침, 밝은	쌍
sáng nay	오늘 아침	쌍 나이
sao	별	싸오
sao?	왜?	싸오
sau	다음, 후, 뒤	싸우
sau đó	그 후, 그 다음	싸우 도
sau này	이 다음, 나중에	싸우 나이
sau khi	~한 후에	싸우 키
sáu	숫자 6	싸우
sắp xếp	정돈하다, 배치하다	쌉 쎕
sân	마당	썬
sân bay	공항	썬 바이
sân vận động	운동장	썬 번 동

sẽ	미래 (시제 부사)	쌔
siêu thị	마트	씨에우 티
sinh	출산하다, 태어나다	씽
sinh hoạt	생활	씽 홧
sinh hoạt phí	생활비	씽 홧 피
sinh nhật	생일	씽 녓
sinh tố	주스	씽 또
sinh viên	대학생	씽 비엔
so sánh	비교하다	쏘 싸잉
sọt rác	쓰레기통	쏫 작
số	숫자, 번호	쏘
số điện thoại	전화번호	쏘 디엔 토아이
số nhà	집번호	쏘 냐
số phòng	방번호	쏘 퐁
sống	살다	쏭
sốt	열이 나다	쏫
sở thích	취미	써 틱
sợ	무섭다	써
sớm	일찍	썸
suốt ngày	하루종일	쑤엇 응아이
sư tử	사자	쓰 뜨

sử dụng	사용하다	쓰 중
sửa chữa	수리하다, 수선하다	쓰어 쯔어
sữa	우유	쓰어
sữa chua	요쿠르트	쓰어 쭈어
sức khỏe	건강	쓱 코애
sương	이슬	쓰엉
sương mù	안개	쓰엉 무
sướng	행복하다, 기쁘다	쓰엉

T

tai nạn	사고	따이 난
tại sao?	왜?	따이 싸오
tại vì	왜냐하면	따이 비
tám	숫자 8	땀
tạnh mưa	비가 그치다	따잉 므어
táo	사과	따오
táo bón	변비	따오 본
tạo nên	조성하다	따오 넨
tàu (hỏa)	기차	따우 (화)
tàu (thủy)	배	따우 (튀)
tắc	막히다	딱
tắc đường	길이 막히다	딱 드엉
tắm	목욕하다	땀
tắm biển	해수욕을 하다	땀 비엔
tắm nắng	일광욕을 하다	땀 낭
tặng	기증하다, 선물하다	땅
tâm trạng	기분	떰 짱

tần suất	빈도	떤 쓰엇
tầng	층	떵
tập thể dục	운동하다	떱 테 죽
tất	양말 (북쪽)	떳
tất cả	모두	떳 까
tất nhiên	당연하다	떳 녀엔
tây	서쪽	떠이
tem	우표	땜
tên	이름	뗀
Tết	설	뗏
tham gia	참가하다	탐 자
tháng	월, 달	탕
tháng này	이번 달	탕 나이
tháng trước	지난 달	탕 쯔억
tháng sau	다음 달	탕 싸우
thanh niên	청년	타잉 년
thành lập	설립하다	타잉 럽
thành phố	시, 도시	타잉 포
thành viên	멤버, 구성원	타잉 비엔
thay	대신하다, 갈다, 교체	타이
thay đổi	변하다	타이 도이

thay quần áo	옷을 갈아입다	타이 구언 아오
thăm	방문하다	탐
thẳng	직선	탕
thấp	낮다, 키 작다	텁
thật	정말, 진짜	텃
thật à?	정말요?, 진짜요?	텃 아
thầy	남자선생	터이
thấy	보이다, 생각하다, 느끼다	터이
thẻ	카드	태
theo	따르다	태오
thể thao	스포츠	테 타오
thế	그렇다	테
thế à?	그래요?	테 아
thế giới	세계	테 저이
thế nào?	어때요?, 어떻게?	테 나오
thế thì	그렇다면	테 티
thêm	추가	템
thi	시험을 보다	티
thì	~하면	티
thích	좋아하다	틱
thích hợp	적합하다	틱 헙

thỉnh thoảng	가끔	팅 토앙
thịt	고기	팃
thịt bò	소고기	팃 보
thịt lợn	돼지고기 (북쪽)	팃 런
hịt heo	돼지고기 (남쪽)	팃 해오
thịt gà	닭고기	팃 가
thoải mái	편하다	토아이 마이
thói quen	습관	토이 구앤
thông cảm	이해하다, 공감하다	통 깜
thông minh	똑똑하다	통 밍
thông tin	정보	통 띤
thời gian	시간	터이 잔
thời tiết	날씨	터이 띠엣
thời trang	패션	터이 짱
thơm	파인애플(남쪽), 향기가 좋다	텀
thủ đô	수도	투 도
thú vị	재미있다	투 비
thuê	임대하다, 빌리다	투에
thuốc	약	투억
thuốc lá	담배	투억 라
thuyền	배	투엔

thư	편지	트
thư ký	비서	트 끼
thư viện	도서관	트 비엔
thử	~해 보다	트
thứ	요일, 가지	트
thực đơn	메뉴	특 던
thực phẩm	식품	특 펌
thương gia	사업가	트엉 자
thường	보통, 자주, 일반적으로	트엉
thường xuyên	자주, 빈번히	트엉 쑤엔
tiền	돈	띠엔
tiện	편리하다	띠엔
tiếng	말, 언어	띠엥
tiếng	시간 (시간 단위)	띠엥
tìm	찾다	띰
tím	보라색	띰
tin	믿다	띤
tin nhắn	문자, 메시지	띤 녀안
tinh thần	정신	띵 턴
tình trạng	상태	띵 짱
tình yêu	사랑	띵 이에우

tính	성격	띵
tính cách	성격	띵 까익
tính tiền	계산하다	띵 띠엔
tính từ	형용사	띵 뜨
to	크다	또
tò mò	궁금하다	또 모
tóc	머리카락	똑
tôi	나	또이
tối	저녁, 어두운	또이
tôm	새우	똠
tốt	좋다	똣
tốt nghiệp	졸업하다	똣 응이엡
tờ	장, 매 (종이 단위)	떠
tớ	나 (친구 사이에 쓰는 1인칭)	떠
tới	도착하다, ~까지	떠이
tủ áo	옷장	뚜 아오
tủ lạnh	냉장고	뚜 라잉
túi xách	가방	뚜이 싸익
tuần	주	뚜언
tuần này	이번 주	뚜언 나이
tuần sau	다음 주	뚜언 싸우

tuần trước	지난 주	뚜언 쯔억
tuổi	나이	뚜오이
tuyết	눈	뚜엣
từ	~부터, ~에서	뜨
từ từ	천천히	뜨 뜨
từ... đến...	~부터 ~ 까지	뜨 …덴
từ điển	사전	뜨 디엔
tự động	자동	뜨 동
tức giận	화가 나다	뜩 전
tương lai	미래	뜨엉 라이
tường	벽	뜨엉
trà	차	짜
trả lời	대답하다	짜 러이
trả tiền	돈을 내다	짜 띠엔
trạm xăng	주유소	짬 쌍
trang phục	의상	짱 푹
tráng miệng	디저트	짱 미엥
trăm	백	짬
trắng	하얗다	짱
trâu	물소	쩌우
tre	대나무	째

trẻ	젊다	째
trẻ con, trẻ em	아이, 어린이	째 꼰, 째 앰
trên	위	쩬
tròn	원형, 둥근	쫀
trong	안, 동안	쫑
trong đó	그 중에	쫑 도
trông	보다, 바라보다, 돌보다	쫑
trở nên	~아/어 지다	쩌 넨
trở về	돌아오다, 돌아가다	쩌 베
trời	하늘	쩌이
trung bình	평균	쭝 빙
trung tâm	센터	쭝 떰
truyền thống	전통	쭈엔 통
trưa	점심	쯔어
trưa nay	오늘 점심	쯔어 나이
trước	앞, 전에, 지난	쯔억
trước đây	예전에	쯔억 더이
trước khi	~하기 전에	쯔억 키
trường (học)	학교	쯔엉 (혹)

U

u ám	잔뜩흐린, 어두운	우 암
Úc	호주	욱
uống	마시다	우엉
út	막내	웃
ước mơ	꿈	으억 머
ướt	젖은	으엇

V

và	그리고	바
vali	여행가방, 캐리어	바리
vàng	노랑, 금	방
vào	들어가다, 들어오다	바오
vào	에 (시간 부사)	바오
váy	치마, 원피스	바이
văn hóa	문화	반 화
vận động	운동하다	번 동
vận động viên	운동선수	번 동 비엔
vâng	네, 예	벙
vật liệu	소재, 재료, 원료	벗 리에우
vẽ	그리다	배
vé	표	배
về	돌아오다, 돌아가다, ~에 대해서	베
vì	왜냐하면	비
vì sao?	왜?	비 싸오
vì thế	그래서	비 테

ví	지갑	비
ví dụ	예를 들다	비 주
vị trí	위치	비 찌
vỉa hè	인도	비어 해
việc	일, 업무	비엑
việc nhà	집안 일	비엑 냐
viên chức	공무원	비엔 쯕
viết	쓰다	비엣
Việt Nam	베트남	비엣 남
vòng cổ	목걸이	봉 꼬
vòng tay	팔지	봉 따이
vô lý	불합리한, 비논리적인	보 리
vớ	양말 (남쪽)	버
vở	공책, 노트	버
vợ	부인	버
vợ chồng	부부	버 쫑
với	~와 같이 (부사)	버이
vũ trường	클럽	부 쯔어
vua	왕	부어
vui (vẻ)	기쁘다, 즐겁다	부이 (배)
vùng	지역, 구역	붕

vừa	딱 맞다, 방금	브어
vứt	버리다	붓

xa	멀다	싸
xám	회색	쌈
xanh	파란색	싸잉
xanh da trời	하늘색	싸잉 자 쩌이
xanh lá cây	녹색	싸잉 라 꺼이
xào	볶다	싸오
xăng	휘발유	쌍
xấu	못생겼다, 나쁘다	써우
xe buýt	버스	쌔 부잇
xe đạp	자전거	쌔 답
xe máy	오토바이	쌔 마이
xe ôtô, xe hơi	자동차	쌔 오 또, 쌔 허이
xe tải	트럭	쌔 따이
xem	보다 (watch)	쌤
xích lô	시클로	씩 로
xin lỗi	미안하다, 죄송하다	씬 로이
xoài	망고	쏘아이

xong	마치다, 끝나다	쏭
xuất hiện	나타나다	쑤엇 히엔
xuất khẩu	수출하다	쑤엇 커우
xung quanh	주변	쑹 과잉

Y

y học	의학	이 혹
y tá	간호사	이 따
ý kiến	의견	이 끼엔
ý nghĩ	생각	이 응이
ý nghĩa	의미	이 응이어
yên tâm	안심하다	이엔 떰
yên tĩnh	조용하다	이엔 띵
yêu	사랑하다	이에우
yếu	약하다	이에우

기본 표현

감사합니다	Cám ơn / cảm ơn 깜 언
천만에요	Không có gì 콩 꼬 지
죄송합니다	Xin lỗi 씬 로이
괜찮습니다	Không sao 콩 싸오
걱정 마세요.	Đừng lo 등 로
네	Dạ / Vâng / Có / Phải 자 / 벙 / 꼬 / 파이
아니오	Không 콩
이해합니다	Tôi hiểu 또이 히에우
이해 못 합니다	Tôi không hiểu 또이 콩 히에우
알고 있습니다	Tôi biết 또이 비엣
모릅니다.	Tôi không biết 또이 콩 히에우
파이팅	Cố lên 꼬 렌
뭐라고요?	Anh / chị / em … nói gì? 아잉 / 찌 / 앰 ….노이 지?

1. 만날 때 인사 및 안부

안녕하세요
Xin chào
씬 짜오

안녕 오빠/형
Chào anh
짜오 아잉

안녕 언니/누나
Chào chị
짜오 찌

안녕 동생
Chào em
짜오 앰

할아버지 안녕하십니까?
Cháu chào ông ạ
짜우 짜오 옹 아

할머니 안녕하십니까?
Cháu chào bà ạ
짜우 짜오 바 아

부모님 안녕하십니까?
Con chào bố mẹ ạ
꼰 짜오 보 매 아

오랜만입니다
Lâu rồi không gặp
러우 조이 콩 갑

만나서 반갑습니다
Rất vui được gặp anh / chị / em
젓 부이 드억 갑 아잉 / 찌 / 앰

잘 지냈습니까?
Anh / chị / em … có khỏe không
아잉 / 찌 / 앰 … 꼬 코애 콩?

요즘 어떻게 지냅니까?
Dạo này, anh / chị / em … thế nà
자오 나이, 아잉 / 찌 / 앰 … 테 나오?

저는 잘 지냅니다
Tôi khỏe
또이 코애

저는 그냥 그렇습니다
Tôi bình thường.
또이 빙 트엉

2. 헤어질 때 인사

안녕	Chào nhé 짜오 녀애
안녕히가세요/안녕히계세요	Tạm biệt 땀 비엣
잘 가	Về nhé 베 녀애
또 만나요	Hẹn gặp lại 핸 갑 라이
저 갈게요	Tôi về nhé 또이 베 녀애
조심히 가세요	Đi cẩn thận nhé 디 껀 턴 녀애
또 연락합시다	Giữ liên lạc nhé 즈 리엔 락 녀애

3. 축하와 기원

축하합니다	(Xin) chúc mừng 씬 쭉 믕
생일 축하합니다	Chúc mừng sinh nhật 쭉 믕 씽 녓
승진을 축하합니다	Chúc mừng anh / chị được thăng chức 쭉 믕 아잉 / 찌 드억 탕 쯕
새해 복 많이 받으세요	Chúc mừng năm mới 쭉 믕 남 머이
성공을 기원합니다	Chúc thành công 쭉 타잉 꽁
행운을 빕니다	Chúc may mắn 쭉 마이 만
(언니 오빠) 행복하세요	Chúc anh chị hạnh phúc 쭉 아잉 찌 하잉 푹
잘 자요	Chúc ngủ ngon 쭉 응우 응온
좋은 하루 되세요	Chúc một ngày tốt lành 쭉 못 응아이 똣 라잉
주말 잘 보내세요	Chúc cuối tuần vui vẻ 쭉 꾸어이 뚜언 부이 배

4. 식당 표현

뭐 드시겠어요?	Anh / chị dùng gì ạ? 아잉 / 찌 중 지 아?
어떤 음식이 맛있어요?	Món gì ngon? 몬 지 응온?
메뉴 보여주세요	Cho tôi xem thực đơn. 쪼 또이 쌤 특 던
이 음식을 주세요	Cho tôi món này 쪼 또이 몬 나이
갈비덮밥 2인분 주세요	Cho 2 suất cơm sườn 쪼 하이 쑤엇 껌 쓰언
해산물 수프 먼저 주세요	Cho súp hải sản trước 쪼 쑵 하이 싼 쯔억
바잉 쌔오는 나중에 주세요	Hai bánh xèo sau 하이 바잉 쌔오 싸우
쌀국수에 향채를 넣지 마세요	Phở đừng cho rau thơm nhé! 퍼 등 쪼 자우 텀 녀애
영수증 주세요	Cho tôi hóa đơn 쪼 또이 화 던
잠시만 기다리세요.	Đợi một chút. 더이 못 쭛.
이따가 주문할게요.	Lát nữa tôi sẽ gọi món 랏 느어 도이 쌔 고이 몬
계산해요.	Tính tiền / Thanh toán 띵 띠엔 / 타잉 또안
오늘 제가 쏠게요/ 제가 낼게요	Hôm nay, tôi khao / tôi trả 홈 나이 또이 카오 / 또이 짜

바로 써먹는 베트남어 157

6. 교통 표현

뭐 좀 여쭤볼게요,	Xin hỏi, 씬 호이,
우체국은 어떤 길로 가요?	bưu điện đi đường nào? 브우 디엔 디 드엉 나오
호텔로 4인승 택시하나 보내주세요	Cho 1 tăc xi 4 chỗ đến khách sạn 쪼 못 딱 씨 본 쪼 덴 카익 싼
푸미흥 아파트로 가 주세요	Cho đến chung cư Phú Mỹ Hưng 쪼 덴 쭝 끄 푸 미 흥
이 주소로 가 주세요	Cho đến địa chỉ này 쪼 덴 디어 찌 나이
쭉 가다, 좌회전, 우회전	Đi thẳng, rẽ trái, rẽ phải 디 탕, 재 짜이, 재 파이
천천히 가세요. 빨리 가세요	Đi chậm lại. Đi nhanh lên 디 쩜 라이 / 디 녀아잉 렌
여기서 세워 주세요	Dừng lại ở đây 증 라이 어 더이
여기서 내려 주세요	Cho xuống ở đây 쪼 쑤엉 어 더이
저기요, 운전 조심히 하세요	Anh ơi, lái xe cẩn thận 아잉 어이, 라이 쌔 껀 턴
잠시만 기다리세요	Đợi một chút 더이 못 쭛
제가 바로 돌아올게요	Tôi sẽ quay lại ngay 또이 쌔 과이 라이 응아이
근처에 약국이 있어요?	Ở gần đây có nhà thuốc không? 어 건 더이 꼬 냐 투억 콩?

7. 여행, 관광

당일 투어가 있어요?	Có tour du lịch trong ngày không? 꼬 뚜어 주릭 쫑 응아이 콩
시내투어가 있어요?	Có tour du lịch nội thành không? 꼬 뚜어 주릭 노이 타잉 콩
하노이-할롱 1박2일 투어를 예약하고 싶어요	Tôi muốn đặt tour Hà Nội – 또이 무언 닷 뚜어 하노이- Hạ Long 2 ngày 1 đêm. 하롱 하이 응아이 못 뎀
싸이곤 지도가 있어요?	Có bản đồ Sài Gòn không? 꼬 반 도 싸이 곤 콩
몇급 호텔이에요?	Khách sạn mấy sao? 카익 싼 머이 싸오
한국어 가이드가 있어요?	Có hướng dẫn viên tiếng Hàn không? 꼬 흐엉 전 비엔 띠엥 한 콩
사진 좀 찍어 주세요	Làm ơn chụp ảnh giúp tôi. 람 언 쭙 아잉 줍 또이

8. 유흥, 오락

이 근처에 클럽이 있어요?   Gần đây có sàn nhảy không?
건 더이 꼬 싼 녀아이 콩

술 먹으러 가자!   Đi uống bia đi!
디 우엉 비어 디

노래방에 가자!   Đi hát karaoke đi!
디 핫 카라오케 디

좋고 재미있는 술집이 있어요?   Có quán rượu nào hay hay không?
꼬 고안 즈어우 나오 하이 하이 콩

이 호텔은 카시노가 있어요?   Khách sạn này có casino không?
카익 싼 나이 꼬 까씨노 콩

전 술을 못 먹어요   Tôi không uống được rượu
또이 콩 우엉 드억 즈어우

전 조금 밖에 못 마셔요   Tôi uống ít thôi.
또이 우엉 잇 토이

전 취했어요   Tôi say rồi.
또이 싸이 조이

(건강을) 위하여   Chúc sức khỏe
쭉 쓱 코애

원샷   Trăm phần trăm (100%)
짬 펀 짬

하나 둘 셋 마시자   Một, hai, ba, Zô
못 하이 바 요

9. 건강 상태

너무 피곤해요	Tôi mệt quá. 또이 멧 과
머리가 아파요	Tôi bị đau đầu. 또이 비 다우 더우
배가 아파요	Tôi bị đau bụng. 또이 비 다우 붕
설사를 해요	Tôi bị tiêu chảy. 또이 비 띠에우 짜이
감기에 걸렸어요	Tôi bị cảm. 또이 비 깜
열이 나요	Tôi bị sốt. 또이 비 쏫
머리가 어지러워요	Tôi bị chóng mặt. 또이 비 쫑 맛
기침이 심하고 목이 아파요	Tôi ho nhiều, đau họng. 또이 호 녀이에우, 다우 홍
구급차를 불러 주세요.	Gọi xe cấp cứu giúp tôi. 고이 쌔 껍 끄우 줍 또이

10. 긴급 상황

여권을 잃어버렸어요	Tôi bị mất hộ chiếu. 또이 비 멋 호 찌에우
소매치기 당했어요	Tôi bị móc túi. 또이 비 목 뚜이
날치기 당했어요	Tôi bị giật đồ 또이 비 젓 도
도와 주세요	Giúp tôi với 줍 또이 베이
가장 가까운 경찰서가 있디 있어요?	Đồn cảnh sát gần nhất ở đâu? 돈 까잉 쌋 건 녓 어 더우
택시에 가방을 놓고 내렸어요	Tôi để quên túi trên tắc xi 또이 데 구엔 뚜이 쩬 딱씨
병원으로 가 주세요.	Cho tôi đến bệnh viện 쪼 또이 덴 베잉 비엔

물건: đồ vật

가방	túi xách	뚜이 싸익
가위	kéo	깨오
감기약	thuốc cảm	투억 깜
거울	gương	그엉
교재	giáo trình	자오 찡
국기	quốc kỳ	꿕 끼
그림	tranh	짜잉
나무	cây	꺼이
노트, 공책	vở, tập	버, 떱
냉장고	tủ lạnh	뚜 라잉
녹음기	máy ghi âm	마이 기 엄
다리미	bàn là	반 라
다이아몬드	kim cương	낌 끄엉
담배	thuốc (lá)	투억 (라)
문	cửa	끄어
반지	nhẫn	녀언
버스	xe buýt	쌔 부잇

베개	gối	고이
벨트	thắt lưng	탓 릉
벽	tường	뜨엉
병	chai	짜이
봉투	phong bì	퐁 비
배	thuyền	투엔
비누	xà phòng, xà bông	싸 퐁, 싸 봉
비옷	áo mưa	아오 므어
비행기	máy bay	마이 바이
사진	ảnh, hình	아잉, 힝
샴푸	dầu gội đầu	저우 고이 더우
숟가락	thìa, muỗng	티어, 무엉
시계	đồng hồ	동 호
신문	báo	바오
쓰레기통	thùng rác, sọt rác	퉁 작, 쏫 작
안경	kính, kiếng	낑, 끼엥
에어컨	điều hòa, máy lạnh	디에우 화, 마이 라잉
여권	hộ chiếu	호 찌에우
연필	bút chì	붓 찌
열쇠	chìa khóa	찌어 콰
오토바이	xe máy, honda	쌔 마이, 혼다

			물건
옷장	tủ áo	뚜 아오	
응급차	xe cấp cứu	쌔 껍 끄우	
의자	ghế	게	
자전거	xe đạp	쌔 답	
잡지	tạp chí	땁 찌	
전기밥솥	nồi cơm điện	노이 껌 디엔	
전화기	điện thoại	디엔 토아이	
접시	đĩa	디어	
젓가락	đũa	두어	
종이	giấy	저이	
지갑	ví	비	
차	xe ô tô, xe hơi	쌔 오또, 쌔 허이	
책	sách	싸익	
책상	bàn	반	
침대	giường	즈엉	
칫솔	bàn chải	반 짜이	
카메라	máy ảnh	마이 아잉	
컴퓨터	máy tính	마이 띵	
트럭	xe tải	쌔 따이	
티슈	giấy ăn	저이 안	
펜	bút, cây viết	붓, 꺼이 비엣	

편지	thư	트
핸드폰	điện thoại di động	디엔 토아이 지 동
휴지	giấy vệ sinh	저이 베 씽

음식: đồ ăn

감자	khoai tây	코아이 떠이
게	cua	꾸어
계란	trứng gà	쯩 가
고구마	khoai	코아이
고기	thịt	팃
고추	ớt	엇
과일	hoa quả, trái cây	화 과, 짜이 꺼이
과자	bánh kẹo	바잉 깨오
굴	con hà	꼰 하
귤	quýt	구잇
꿀	mật ong	멋 옹
낙지	bạch tuộc	바익 뚜억
닭고기	thịt gà	팃 가
돼지고기	thịt lợn, thịt heo	팃 런, 팃 해오
두부	đậu phụ	더우 푸
딸기	dâu tây	저우 떠이
레몬	chanh	짜잉

맥주	bia	비어
면	mỳ, bánh phở	미, 바잉 퍼
물	nước	느억
미역	rong biển	종 비엔
밀가루	bột mỳ	봇 미
바나나	chuối	쭈오이
밥	cơm	껌
버터	bơ	버
빵	bánh mì	바잉 미
라면	mỳ gói	미 고이
사과	táo	따오
사탕	kẹo	깨오
샤브샤브	lẩu	러우
설탕	đường	드엉
새우	tôm	똠
샐러드	sa lát	싸 랏
생선	cá	까
소고기	thịt bò	팃 보
소금	muối	무오이
술	rượu	즈어우
쌀	gạo	가오

쌀국수	phở	퍼
아이스커피	cà phê đá	까 페 다
아이스크림	kem	깸
야채	rau	자우
양파	hành tây	하잉 떠이
염소고기	thịt dê	팃 제
오리고기	thịt vịt	팃 빗
오이	dưa chuột, dưa leo	즈어 쭈옷, 즈어 래오
오렌지	cam	깜
오징어	mực	믁
옥수수	ngô	응오
용과	thanh long	타잉 롱
우유	sữa	쓰어
음료수	đồ uống, nước ngọt	도 우엉, 느억 응옷
음식, 반찬	đồ ăn, thức ăn	도 안, 특 안
자몽	bưởi	브어이
조개	sò	쏘
죽	cháo	짜오
차	trà	짜
찹쌀	gạo nếp	가오 넵
코코넛	dừa	즈어

음식

커피	cà phê	까 페
토마토	cà chua	까 쭈어
향채	rau thơm	자우 텀
해산물	hải sản	하이 싼
호박	bí	비
후추	hạt tiêu	핫 띠에우

장소: địa điểm

가게	cửa hàng	끄어 항
거기	đó, đấy	도, 더이
고향	quê, quê hương	구에, 구에 흐엉
공원	công viên	공 비엔
공장	nhà máy	냐 마이
공항	sân bay	썬 바이
교회	nhà thờ	냐 터
교실	phòng học	퐁 혹
기숙사	ký túc xá	끼 뚝 싸
도시	đô thị, thành phố	도 티, 타잉 포
도서관	thư viện	트 비엔
논	ruộng	주엉
백화점	trung tâm thương mại	쭝 떰 트엉 마이
서점	nhà sách, hiệu sách	냐 싸익, 히에우 싸익
사무실	văn phòng	반 퐁
술집	quán rượu, quán bia	관 즈어우, 관 비어
숲	rừng	증

슈퍼마켓	siêu thị	씨에우 티
시장	chợ	쩌
시골	nông thôn	농 톤
식당	nhà hàng, quán ăn	냐 항, 관 안
아파트	chung cư	쭝 끄
야구장	sân bóng chày	썬 봉 짜이
여기	đây	더이
영화관	rạp chiếu phim	잡 찌에우 핌
운동장	sân vận động	썬 번 동
은행	ngân hàng	응언 항
저기	kia	끼어
집	nhà	냐
커피숍	quán cà phê	관 까 페
축구장	sân bóng	썬 봉
학교	trường (học)	쯔엉 (혹)
항구	cảng	깡
화장실	nhà vệ sinh	냐 베 씽
회사	công ty	꽁 띠
회의실	phòng họp	퐁 홉

의상: trang phục

의상

모자	mũ, nón	무, 논
목걸이	vòng cổ	봉 꼬
목도리, 스카프	khăn	칸
바지	quần	구언
반지	nhẫn	녀언
셔츠	áo sơ mi	아오 써미
속옷	quần áo lót	구언 아오 롯
수영복	áo bơi, đồ bơi	아오 버이, 도 버이
슬리퍼	dép	잽
신발	giày	자이
아오자이	áo dài	아오 자이
양말	tất, vớ	떳, 버
양복	com lê	꼼 레
옷	áo	아오
우산	ô, dù	오, 주
운동화	giày thể thao	자이 테 타오
시계	đồng hồ	동 호

팔찌	vòng tay	봉 따이
청바지	quần bò	구언 보
치마, 원피스	váy / đầm	바이 / 덤
하이힐	giày cao gót	자이 까오 곳

형용사 / 부사
: tính từ : phó từ

한국어	베트남어	발음
가깝다	gần	건
가난하다	nghèo	응애오
길다	dài	자이
건강하다	khỏe	코애
게으르다	lười	르어이
기쁘다	vui	부이
그냥 그렇다/보통	bình thường	빙 트엉
까다롭다	khó tính	코 띵
끼다	chật	쩟
나쁘다	xấu	써우
느리다	chậm	쩜
늦다	muộn , trễ	무언, 째
달다	ngọt	응옷
덥다	nóng	농
따뜻하다	ấm (áp)	엄 (압)
똑똑하다	thông minh	통 밍
뚱뚱하다	béo, mập	배오, 멉

형용사

많다	nhiều	녀이에우
맛있다	ngon	응온
말랐다	gầy	거이
멋있다	sành điệu	싸잉 디에우
맵다	cay	까이
멀다	xa	싸
못생겼다	xấu	써우
바쁘다	bận	번
배고프다	đói	도이
배부르다	no	노
부유하다	giàu	자우
비싸다	đắt, mắc	닷, 막
빠르다	nhanh	녀아잉
어렵다	khó	코
엄격하다	nghiêm khắc	응이엠 칵
열심히	chăm chỉ	짬 찌
예쁘다	đẹp, xinh, xinh đẹp	뎁, 씽, 씽 뎁
일찍	sớm	썸
쉽다	dễ	제
시다	chua	쭈어
시원하다	mát (mẻ)	맛 매

싱겁다	nhạt	냐앗	
슬프다	buồn	부언	
싸다	rẻ	재	
쓰다	đắng	당	
작다	nhỏ	녀오	형용사
잘 되다	ổn	온	
잘생겼다	đẹp trai	뎁 짜이	
재미있다	hay, thú vị	하이, 투 비	
적다	ít	잇	
좁다	chật	쩟	
좋다	tốt	똣	
짜다	mặn	만	
짧다	ngắn	응안	
크다	to, lớn	또, 런	
피곤하다	mệt	멧	
천천히	từ từ	뜨뜨	
착하다	hiền	히엔	
춥다	lạnh, rét	라잉, 젯	
친절하다	thân thiện	턴 티엔	
한가하다	rảnh, rỗi	자잉, 조이	
힘들다	vất vả	벗 바	

동사: động từ

가다	đi	디
가르치다	dạy	자이
거짓말하다	nói dối, nói xạo	노이 조이, 노이 싸오
걸어가다	đi bộ	디 보
결정하다	quyết định	구엣 딩
결혼하다	kết hôn, lập gia đình	껫 혼, 럽 자 딩
계산하다	tính tiền, thanh toán	띵 띠엔, 타잉 또안
공부하다 / 배우다	học	혹
귀찮게 하다	làm phiền	람 피엔
그림을 그리다	vẽ tranh	배 짜잉
그립다 / 보고 싶다 / 기억하다	nhớ	녀
(가격을) 깎다	bớt, giảm giá	벗, 잠 자
꿈을 꾸다	mơ	머
끝나다 / 끝내다	kết thúc, xong	껫 툭, 쏭
나가다	(đi) ra	(디) 자
(돈을)내다	trả tiền	짜 띠엔
내려가다	đi xuống	디 쑤엉

노래하다	hát	핫
놀다	chơi	쩌이
닫다	đóng	동
돈을 벌다	kiếm tiền	끼엠 띠엔
돕다	giúp (đỡ)	줍 더
드시다	dùng	중
듣다	nghe	응애
들어오다/들어가다	vào	바오
마시다	uống	우엉
만나다	gặp	갑
말하다	nói	노이
먹다	ăn	안
멈추다 / 세우다	dừng lại	증 라이
면접하다	phỏng vấn	퐁 번
모르다	không biết	콩 비엣
보다	xem, nhìn	쎔, 녀인
보내다	gửi	그이
보이다	thấy, nhìn thấy	터이, 녀인 터이
벗다	cởi, bỏ	꺼이, 보
변하다	thay đổi	타이 도이
앉다	ngồi	응오이

동사

알다	biết	비엣
양치질을 하다	đánh răng	다잉 장
없다	không có	콩 꼬
여행하다	du lịch	주 릭
연락하다	liên lạc	리엔 락
열다	mở	머
오다	đến	덴
올라가다	đi lên	디 렌
요리하다	nấu ăn, nấu cơm	너우 안, 너우 껌
운동하다	tập thể dục	떱 테 죽
운전하다	lái xe	라이 쌔
유학하다	du học	주 혹
원하다 / ~하고 싶다	muốn	무언
이사가다	chuyển nhà	쭈엔 냐
이야기하다	nói chuyện	노이 쭈엔
이해하다	hiểu	히에우
읽다	đọc	독
입다	mặc	막
일하다	làm việc	람 비엑
일어나다	dậy, thức dậy	저이, 특 저이
있다	có	꼬

잊어버리다	quên	구엔
사다	mua	무어
사랑하다	yêu	이에우
사용하다/쓰다	sử dụng / dùng	쓰 중,/ 중
살다	sống	쏭
생각하다	nghĩ	응이
설거지하다	rửa bát	즈어 밧
솔직히 말하다	nói thật	노이 텃
쇼핑하다	mua sắm	무어 쌈
수영하다	bơi	버이
쉬다	nghỉ (ngơi)	응이 (응어이)
시작하다	bắt đầu	밧 더우
(돈을)쓰다	tiêu tiền	띠에우 띠엔
자다	ngủ	응우
전화를 걸다	gọi điện	고이 디엔
좋아하다	thích	틱
(음식을)주문하다	gọi món	고이 몬
직진하다	đi thẳng	디 탕
팔다	bán	반
찾다	tìm	띰
채용하다	tuyển (dụng)	뚜엔 (중)

동사

춤을 추다	nhảy	녀아이
출발하다	xuất phát	쑤엇 팟
출장하다	công tác	꽁 딱
취업하다	xin việc	씬 비엑
회의하다	họp	홉
회식하다	liên hoan	리엔 환

MEMO

MEMO